आल्फ्रेड रसेल वॉलेस

काळाच्या पुढे जाऊन जीवशास्त्रीय सिद्धान्त मांडणारे द्रष्टे संशोधक

निरंजन घाटे

मेहता पब्लिशिंग हाऊस

ALFRED RASSEL WALES by NIRANJAN GHATE

आल्फ्रेड रसेल वॅलेस / व्यक्तिचरित्र

© निरंजन घाटे

१०२५ बी, चिंतामणी हौ. सोसा., सदाशिव पेठ, पुणे – ४११०३०.

प्रकाशक : सुनील अनिल मेहता, मेहता पब्लिशिंग हाऊस,
१९४१ सदाशिव पेठ, माडीवाले कॉलनी, पुणे – ३०.

मुखपृष्ठ : मेहता पब्लिशिंग हाऊस

प्रथमावृत्ती : ऑगस्ट, १९९५ / पुनर्मुद्रण : डिसेंबर, २०१७

P Book ISBN 9788171614325
E Book ISBN 9789387319820
E Books available on : play.google.com/store/books
m.dailyhunt.in/Ebooks/marathi
www.amazon.in

मला घडविणाऱ्या 'विज्ञानयुगा'ला

प्रस्तावना

उत्क्रांतीवरचा ग्रंथ लिहीत असताना ज्या अनेक शास्त्रज्ञांशी जवळून परिचय झाला, त्यांत आल्फ्रेड रसेल वॉलेस यांचं नाव असणं अपरिहार्यच होतं. आल्फ्रेड रसेल वॉलेस यांचं नाव डार्विनबरोबर उत्क्रांती सिद्धान्ताचे प्रणेते म्हणून घेतलं जातं. नैसर्गिक निवडीतून उत्क्रांतीचा सिद्धान्त जगापुढे आला, तो डार्विन-वॉलेस सिद्धान्त म्हणूनच. वॉलेस यांच्या वैज्ञानिक संशोधनाबद्दलची माहिती 'उत्क्रांती'साठी जमा करीत असताना त्यांच्या आयुष्याचे नानाविध पैलू मला वाचायला मिळाले.

डार्विन आणि वॉलेस यांच्या चरित्रांत काहीच साम्य नाही, हा फरक तर कुणालाही जाणवेल. डार्विन एका सुखवस्तू घराण्यातले, घुमे, शक्यतोवर वादविवाद टाळावा या प्रवृत्तीचे गृहस्थ. याउलट, गरिबीशी झगडत आयुष्य घालवणाऱ्या वॉलेसना वादविवाद ओढवून घ्यायची हौस होती. समाजकारण, राजकारण, आधिभौतिक-वाद अशा अनेकविध विषयांमध्ये त्यांना रस होता. याशिवाय नैसर्गिक निवडीच्या तत्त्वाच्या साहाय्याने जगातली सर्व कोडी सोडविता येतील, यावरही त्यांचा विश्वास नव्हता. याउलट, त्यांच्या मते नैसर्गिक निवडीचे तत्त्व अस्तित्वात आले यावरून ते निर्माण करणारी एखादी अनुस्यूत शक्ती अस्तित्वात आहे. याचं कारण या कर्तुमकर्तुम शक्तीनं विश्वातील मूलभूत कणांची रचनाच अशा तऱ्हेनं केली, की त्यामुळे हा सृष्टीचा चमत्कार अस्तित्वात आला. यानंतर या सृष्टीस मन लाभलं आणि

त्या मनानं सृष्टीची दिशा ठरवली. आणि ही दिशाही तशी ध्येयशून्य नाही, तर भूशास्त्रीय कालखंडांच्या या प्रदीर्घ काळात उत्क्रांती घडत आली, ती एका विशिष्ट हेतूने आणि या हेतूच्या दिशेनंच उत्क्रांतीची वाटचाल चालू आहे.

वॅलेस यांच्या शास्त्रीय संशोधनाबद्दलची माहिती उत्क्रांतीमध्ये थोडक्यात लिहावी लागली, त्याच वेळी या महान शास्त्रज्ञाच्या चरित्राचे इतर पैलूही लोकांसमोर यायला हवेत, असं मला राहून राहून वाटत होतं. विशेषत: हॅरी क्लेमेन्स यांनी लिहिलेल्या वॅलेस यांच्या चरित्राच्या वाचनानंतर वॅलेस यांचं चरित्र मराठीत यायलाच हवं, ही टोचणी लागली होती. अखेरीस 'उत्क्रांती' या माझ्या ग्रंथात वॅलेस यांच्या चरित्राचा जो भाग आलाय, तो बराचसा वगळून वॅलेस यांचं एक अल्पचरित्र लिहावं, असं मी ठरवलं आणि त्यातून वॅलेस यांचं हे छोटेखानी चरित्र साकारलं.

परामानसशास्त्र, परलोकविद्या, मंगळावरचे बुद्धिमान सजीव, त्याचबरोबर सबै भूमि गोपाल की असं म्हणून इंग्लंडमधील सर्व जमिनींचं राष्ट्रीयीकरण करावं आणि ती कसणाऱ्या शेतकऱ्यांना वाटून द्यावी, रेल्वेचं राष्ट्रीयीकरण करावं, असं वॅलेसनी ठामपणे सांगितलं होतं. याशिवाय प्रत्येक मानवाला सारखीच अक्कल असल्यामुळे एकानं दुसऱ्यावर राज्य करणं योग्य नव्हे, असंही ते म्हणायचे. यामुळेच भारत व इतर ब्रिटिश वसाहतींना स्वातंत्र्य द्यायला हवं, हे गेल्या शतकात त्यांनी सांगितलं होतं. यामुळे त्या काळातल्या शास्त्रीय जगतातलं ते एक वादग्रस्त व्यक्तिमत्त्व होतं. याचा त्यांना अर्थातच खूप त्रास झाला. पण तरीही कुठल्याही वादात झोकून देणं हे वॅलेस यांचं व्यसन कमी होत नसे.

त्यांचे आणि टी. एच. हक्सले, तसंच डार्विन यांचेही अनेक वेळा वाद झाले. मात्र याचा परिणाम त्यांच्या मैत्रीवर होऊ शकला नव्हता. तरीही डार्विन याच्या स्वभावानुसार डार्विननी वॉलेसना 'जरा सबुरीनं' असा सल्ला दिला. तो अर्थातच वॉलेसना मान्य होणं कधीच शक्य नव्हतं. उलट, इतक्या पद्धतशीरपणे उत्क्रांती झाली, त्या अर्थी यामागं एखादी अतिमानवी बुद्धिमान प्रेरणा असावी, अशी त्यांची धारणा होती आणि त्यामुळे त्या काळच्या विज्ञानजगतानं वॉलेसना काही काळ वाळीत टाकलं होतं. आज पृथ्वीवरील सजीव निर्मितीबद्दलचे असंख्य सिद्धान्त जगापुढं येत आहेत. डार्विनच्या जन्मशताब्दीपासून मृत्यूच्या शताब्दीपर्यंत सर्व प्रकारे डार्विन व डार्विनचा सिद्धान्त यांचा उदो उदो होत आहे, आणि त्या सिद्धान्ताचा सहपुरस्कर्ता असलेले वॉलेस विस्मृतीच्या पडद्याआड चालले आहेत. यामुळेही, मराठी वाचकासमोर वॉलेस यांचं चरित्र यायला हवं, असं मला वाटलं. अनायसे 'उत्क्रांती'च्या निमित्ताने वॉलेस यांच्या चरित्राची बरीच माहिती मला उपलब्ध झाली होती, ती वापरून मी हे चरित्र पूर्ण केलंय. त्यांच्या सामाजिक आणि परलोक विद्याविषयक मतांचा फक्त जाता जाता उल्लेख केला आहे; कारण वॉलेस : एक शास्त्रज्ञ, असं या पुस्तकाचं स्वरूप आहे.

– निरंजन घाटे

अनुक्रमणिका

बालपण आणि शिक्षण

आल्फ्रेड रसेल वॉलेस यांचा जन्म ८ जानेवारी १८२३ या दिवशी मॉन्मथशायर परगण्यात उस्क या गावी झाला. त्यांना आणखी आठ भावंडं होती. ते लहान असतानाच त्यांचं कुटुंब हर्टफर्डला राहायला गेलं. वयाच्या सहाव्या वर्षी वॉलेस हर्टफर्डला आले. ते चौदाव्या वर्षापर्यंत तिथे राहत होते. औपचारिक शिक्षण म्हणता येईल असं त्यांचं शिक्षण फार कमी होतं आणि त्यांना जे काही शालेय शिक्षण मिळालं, ते सर्व हर्टफर्ड इथंच मिळालं. हर्टफर्ड हे त्यांच्या कौटुंबिक जिव्हाळ्याचं ठिकाण. कारण हर्टफर्ड सोडल्यानंतर ते फारसे स्थिरावलेच नव्हते.

त्यांचं कुटुंब खूप मोठं असल्यामुळे त्यांच्या आई-वडिलांना आल्फ्रेडकडे लक्ष द्यायला फारसा वेळ नसायचा; यामुळे लहानपणापासूनच आल्फ्रेड स्वतंत्र बाण्याचा बनला. आल्फ्रेडचा मोठा भाऊ जॉन याचं मात्र आल्फ्रेडवर लक्ष होतं आणि या दोन भावांत खूपच भावनिक जवळीक होती. आल्फ्रेडला त्याच्या उद्योगांत प्रोत्साहन देणं, त्याचं कौतुक करणं आणि आई-वडिलांच्या व आल्फ्रेडच्या वादात आल्फ्रेडची बाजू घेणं ही कामं जॉननं अतिशय चोख पार पाडली. आल्फ्रेडच्या घरची गरिबी हाही आल्फ्रेडच्या जीवनाचा एक महत्त्वाचा घटक. त्यामुळे अगदी लहानपणीच त्याला स्वतःच्या पायावर उभं राहणं भाग पडलं. कळायला लागल्यापासून आल्फ्रेड स्वतःसाठी तर खेळणी बनवत होताच; पण आपल्या भावंडांनाही तो खेळणी बनवून देत असे.

शिवाय एक चिंध्यांची बाहुली घेऊन कल्पनेनं ती सजवणं आणि तिच्याभोवती कल्पनाविश्व निर्माण करणं, हे आल्फ्रेडला फार महत्त्वाचं वाटे.

आयुष्याच्या उत्तरार्धात त्यांनी या कल्पनेचे इमले उभारण्याच्या खेळाला, 'आपल्या आयुष्यातला एक महत्त्वाचा भाग', असं म्हटलं. 'यामुळेच मी उत्क्रांतीची क्रांतिकारी कल्पना उभी करू शकलो', असं त्यांनी लिहून ठेवलं आहे.

वॉलेसनी उत्तरायुष्यात आपल्या बालपणाबद्दल बरंच लिहून ठेवलं असलं तरी आपल्या आई-वडिलांबद्दल त्यांनी फारसं लिहिलेलं नाही. त्यांचे वडील धरसोड वृत्तीचे होते. त्यामुळे त्यांच्या नोकऱ्या टिकत नसत. जो अधिकृत व्यवसाय असेल, तो सोडून इतर गोष्टी करण्याकडे त्यांचा कल असे. मात्र ते शांत, सत्प्रवृत्त व पापभीरू गृहस्थ होते. मधूनच कधीतरी आपल्या मुलाना सुसंस्कृत करावं, असा त्यांना झटका यायचा आणि मग ते सगळ्या पोरांना एकत्र बसवून त्यांच्या समोर मोठमोठ्या साहित्यिकांच्या साहित्याचं आणि कवितांचं वाचन करीत असत. आल्फ्रेडच्या वडिलांनी स्वत:ही काही लेखन आणि कविता केल्या; पण त्या अगदीच सुमार असाव्यात, असं स्वत: आल्फ्रेडनी म्हटलंय.

आल्फ्रेडचं आपल्या आईबद्दलचं मत फारसं चांगलं नसावं. कारण त्यांच्या आईबद्दल त्यांनी फारसं कुठं लिहिलेलं नाही. त्यांच्या आईनं या काहीशा गबाळग्रंथी पोराला शिस्त लावायचे अनेक प्रयत्न केले आणि त्यातूनच बहुधा आपल्या मातेबद्दल आल्फ्रेडच्या मनात तिरस्कार निर्माण झाला असावा. आल्फ्रेड लहानपणी डाव्या हातात चमचा धरून जेवायचे. हे त्या काळात इंग्लंडमध्ये शिष्टसंमत नव्हतं. (अजूनही नसावं बहुधा!) त्यामुळे त्यांच्या आईनं त्यांना ही सवय मोडायला लावली. आणि ती सवय मोडावी म्हणून आल्फ्रेडला शिक्षा तर केलीच; पण त्यानंतर सतत काही दिवस 'आडमुठा आल्फ्रेड' म्हणून त्याला हाक मारायची सर्वांनाच सक्ती केली.

आल्फ्रेडने अशीच एका शर्टच्या बाहीने पाटी पुसली. ते पाहून आईनं त्याच्या शर्टच्या बाहीवर मांजरपाटाची आवरणं लावली.

आल्फ्रेडनं ती काढून टाकली, तेव्हा आई शाळेत गेली आणि तिनं शिक्षकांजवळ ती आवरणं दिली. त्यामुळे ती आपल्या बाहीवर चढवणं आल्फ्रेडला भागच पडलं. यामुळे आल्फ्रेडचं मत आपल्या आईबद्दल 'माता न तू वैरिणी' या प्रकारचं झालं, ते कायमचंच.

पुढे जगभर प्रवास करून आणि अनेक आदिम जमातींत वावरून त्या-त्या आदिमांच्या चालीरीती माहीत करून घेतल्यानंतर वॅलेसनी आपल्या (म्हणजे प्रगत समाजातील चालीरीती आणि मुलांना वाढवायच्या पद्धती आणि आदिमांमधील वैयक्तिक मानसन्मानाची भावना यांची तुलना केली. पाश्चात्य समाजापेक्षा आदिम जमातींचे बालसंगोपन आणि किशोरांशी वागण्याची पद्धत ही कितीतरी पटीनं श्रेष्ठ आहे, असं त्यांनी नमूद केलं. क्रौर्य आणि अन्याय यांविरुद्ध सतत लढायची वृत्ती त्यांनी अगदी लहानपणापासून जोपासली होती. त्यांच्या आईच्या शिस्तपालनाने वॅलेसची लढाऊ वृत्ती आणखीच तिखट बनली. त्यांच्या धार्मिक, राजकीय आणि सामाजिक विचारांमधूनही ही युयुत्सू वृत्ती स्पष्ट होते.

इ. स. १८३६ मध्ये वॅलेसनी शाळा सोडली. या वेळी ते १३ वर्षांचे होते. म्हणजे वय वर्षे ६ ते १३ ही केवळ सात वर्षंच त्यांनी औपचारिक शिक्षणात घालवली. या काळात आपण एका कोंडवाड्यात कोंडले गेलो होतो, अशा तऱ्हेनं या शालेय वातावरणावर त्यांनी आपला अभिप्राय नमूद केला आहे. शिक्षक त्या काळच्या प्रथेनुसार जबरदस्त मारकुटे होते. लॅटिन, भूगोल असे विषय मारून मुटकून विद्यार्थ्यांच्या गळी उतरवण्यात येत असत. यांतल्या लॅटिनचा उपयोग त्यांना पुढे पक्षी व वनस्पतींची वर्णनं करण्याकरिता झाला. पण तत्कालीन भूगोलशिक्षण म्हणजे शहरं आणि गावांची नावं पाठ करणं यापलीकडे जात नसल्यानं या विषयातला रस निघून जात असे. ते म्हणतात,

"भूगोल शिकणं आणि पाढे पाठ करणं यांत फारसा फरक नव्हता. दोन्ही गोष्टींत सारखेच कष्ट व्हायचे. वर्षानुवर्षे मार खात शिकल्यामुळे हे सर्व स्मरणात ठाम बसायचं. यामुळे बारापर्यंतच्या कुठल्याही दोन आकड्यांचा गुणाकार जसा मी झट्कन सांगू शकतो. त्याचप्रमाणे कुठल्याही इंग्लिश कौंटीतली (परगण्यातील) महत्त्वाची

गावंही मी झट्कन म्हणून दाखवू शकतो. आठी साती छप्पन्न हे जसं लगेच बाहेर पडतं, तसंच स्टॅफर्डशायर म्हटल्याबरोबर माझ्या डोळ्यांसमोर स्टॅफर्ड,लीक, लीचफील्ड ही नावं नाचू लागतात.''

वॅलेस शाळेत हुशार समजले जात. त्यांच्या शालेय शिक्षणाच्या अखेरच्या दोन वर्षांत शाळेतल्या खालच्या वर्गांतील मुलांना शिकवायचं कामही शिक्षक वॅलेसवर सोपवत असत. स्वतःचा लॅटिन, बीजगणित अशा विषयांचा अभ्यास करत-करत ही जोखीम वॅलेस पार पाडत असत. मात्र यामुळे त्यांच्या मनातला शाळेविषयीचा तिरस्कार अधिकच वाढीस लागला. शाळेतल्या शिक्षकांपेक्षा वडिलांनी वाचायला दिलेल्या पुस्तकांमुळेच आपल्याला अधिक ज्ञान मिळालं, असा त्यांचा सार्थ दावा होता. वॅलेसच्या वडिलांना पुस्तकांची खूप आवड होती, तर वॅलेसना वाचनाचं वेड होतं. त्यांचा वाचायचा झपाटाही दांडगा होता. सातव्या वर्षी त्यांनी एक कवितेचं पुस्तक वाचून काढलं. तेव्हापासून कविता हा त्यांचा आवडता वाङ्मयप्रकार बनला. पुढील आयुष्यात त्यांनी या पुस्तकांची अनेक पारायणं केली. आफ्रिकेतील प्रवाशांनी त्या काळात लिहिलेली जवळजवळ सर्व पुस्तकं त्यांनी पुनःपुन्हा वाचून काढली होती.

याशिवाय गलिव्हर्स ट्रॅव्हल, रॉबिन्सन क्रूसो, पिल्ग्रिम्स प्रोग्रेस, द लेडी ऑफ द लेक, द व्हिकार ऑफ वेकफील्ड आणि (डॅनियल दफोचं) हिस्टरी ऑफ द प्लेग ही त्यांची आवडती पुस्तकं. याशिवायही अनेक ग्रंथ वॅलेसनी वाचून काढले. त्यातच त्यांच्या वडिलांचं पुस्तकप्रेम पाहून एका धनिकानं चालवलेल्या ग्रंथालयात त्यांच्या वडिलांना ग्रंथपालाची नोकरी मिळाली. यामुळे वॅलेसना आपला वाचनाचा छंदही व्यवस्थित जोपासण्याची संधी आयतीच चालून आली.

या काळात वॅलेस आपल्या वडिलांना पुस्तकं लावायला, नीट मांडून ठेवायला किंवा फडताळातून काढायला मदत करीत असत; नाही असं नाही, पण बहुतांश काळ ग्रंथालयाच्या एका कोपऱ्यात बसून, वडिलांच्या कामात अडथळा येणार नाही अशा पद्धतीनं ते पुस्तक वाचत बसलेले आढळत. डॉन क्विक्झोट, टॉम जोन्स, पॅरॉडाइज लॉस्ट, ईलियड, इन्फर्नो यांसारखे महाग्रंथ त्यांनी इथंच

वाचून काढले. याशिवाय शेक्सपिअर, बायरन, स्कॉट यांच्यासारख्यांच्या नाटकांची आणि कवितांची त्यांनी पारायणं केली.

वयाच्या तेराव्या वर्षापर्यंत अशी वाचनसंधी अनेकांना उपलब्ध होऊ शकते. पण किती जण त्या संधीचा फायदा घेतात? आल्क्रेड रसेल वॉलेसनी मात्र या संधीचा पुरेपूर फायदा उठवला, असं म्हणावं लागतं. स्वयंशिक्षित होणं, हा त्यांचा हेतू नसेल; पण पुढील आयुष्यात हा स्वयंशिक्षणाने घातलेला पाया त्यांच्या उपयोगी आला. त्यांच्या मनाचं कुतूहल पूर्ण करायला त्यांचं शालेय शिक्षण उपयोगी पडलं नव्हतं; हे तर उघडच आहे. मात्र त्याबरोबर हेही मान्य करायला हवं की, या शिक्षणामुळे स्वयंशिक्षण ज्या पायावर उभं राहिलं, त्यांची मूलभूत साधनं म्हणजे लेखन-वाचन कला त्यांना प्राप्त झाली होती.

वयाच्या तेराव्या वर्षी वॉलेसनी जशी शाळा सोडली, तसाच त्यांनी घरालाही रामराम ठोकला. या काळात त्याच्या वडिलांनी घर बदललं. नवं घर अगदीच छोटं होतं. त्यामुळे घरातली अडगळ दूर करण्यासाठी आल्क्रेडला त्याच्या वडील-भावाकडे लंडनला पाठवण्यात आलं. घरात जागा झालीच; शिवाय एक खाणारं तोंडही कमी झालं. स्वत: वॉलेसनी अशा प्रकारचे उद्गार पुढे काढले. या काळात विल्यम एका बांधकाम कंत्राटदाराकडे कामाला होता. त्याच्या बरोबरच्या भटकंतीत वॉलेसना मजूर कसे जगतात, कसा उदरनिर्वाह करतात, हे पाहायला मिळालं. पुढील आयुष्यात त्यांनी सामाजिक आणि राजकीय प्रश्नांवर लिखाण केलं, तेव्हा हा अनुभव त्यांच्या उपयोगी पडला.

या वेळी रोज संध्याकाळी आल्क्रेड विल्यमबरोबर टॉटनहॅम कोर्ट रोड भागातल्या हॉल ऑफ सायन्स नावाच्या सभागृहात जात असे. इथं खूप वादळी, राजकीय चर्चा झडत. साम्यवादी आणि अराजकवादी मंडळी या चर्चांमध्ये वादविवादात तावातावानं भाग घेत असत. या चर्चांचा परिणाम आल्क्रेडच्या संवेदनाक्षम मनावर झाल्यावाचून राहिला नव्हता. साम्यवाद, थॉमस पेनचं 'एज ऑफ रीझन', निरीश्वरवाद, अशा नानाविध नव्या विचारांची माहिती आल्क्रेडला इथे झाली. देवाघरी न्याय आहे का? बायबलमधला

देव आणि नरकातल्या शिक्षा यांना काही अर्थ आहे का? असे प्रश्न आल्फ्रेडला छळू लागले. या धर्मांत दम नाही, या धर्मला अर्थ नाही, या विचारांचा पगडा त्यांच्या मनावर बसू लागला.

आपला भाऊ आल्फ्रेड यानं जमीन सर्वेक्षण आणि भूमापन यांत प्राविण्य मिळवावं, असं विल्यमचं म्हणणं होत आणि त्या दृष्टीनंच आल्फ्रेडचं शिक्षण चालू होतं. आपुल्या नोकरीनिमित्त विल्यम बेडफर्डशायरला गेला, तेव्हाही हे शिक्षण पूर्ण करण्यासाठी त्यानं आल्फ्रेडला लंडनमध्येच ठेवलं. ते शिक्षण पूर्ण होताच आल्फ्रेड बर्टिन या गावी विल्यमकडे रवाना झाला. यानंतर जवळजवळ सात वर्ष म्हणजे वयाच्या एकविसाव्या वर्षापर्यंत आल्फ्रेड इंग्लंडभर या कामासाठी हिंडला. आल्फ्रेड रसेल वॉलेस या निसर्गशास्त्रज्ञाच्या वैज्ञानिक आयुष्याचा पाया हा या सात वर्षांतील भटकंतीमध्ये घातला गेला. या काळात वॉलेसनी केवळ भूमापन आणि सर्वेक्षणाचंच काम केलं नाही, तर अवतीभवतीच्या परिसरातील सजीवांचं आणि वनस्पतींचं ते मन लावून निरीक्षण करीत होते. भूशास्त्राशी त्यांचा इथंच, या काळातच परिचय झाला; आणि भूशास्त्राचीच शाखा असलेल्या पुराजीवशास्त्रानं त्यांना याच काळात मोहिनी घातली. इंग्लिश खेड्यापाड्यांमधून आढळणाऱ्या चुनखडकांत आणि गाळाच्या खडकांत - यांना शास्त्रीय भाषेत 'पंकाश्म' म्हणतात - सापडणाऱ्या पुराजीवावशेषांनी वॉलेसना भारून टाकलं, याशिवाय नकाशे तयार करणं आणि त्यासाठी त्रिकोणमितीचा वापर करणं याचाही वॉलेसना या काळात सराव झाला. तसेच त्रिकोणमितीबरोबरच त्यांनी मग यांत्रिकी, प्रकाशकी (ऑप्टिक्स) आणि भूमापनासंबंधित इतर शास्त्रांचा अभ्यास स्वतःच पुस्तकांच्या साहाय्यानं सुरू केला. ते लंडनला जात, तेव्हा पुस्तकं विकत घेणं हाच त्यांचा प्रमुख कार्यक्रम असे. गणिताची त्यांची आवड याच काळात वाढली.

मोकळ्या आकाशाखाली काम करताना हळूहळू निसर्गांत त्यांचं मन रमू लागलं आणि त्याचबरोबर गवतापासून मोठमोठ्या वृक्षांपर्यंत निरनिराळ्या वनस्पतींचा अभ्यास त्यांनी सुरू केला. त्यांच्या स्वयंशिक्षण पद्धतीप्रमाणे त्यांनी वनस्पतींसंबंधीची पुस्तकं खरेदी केली, तेव्हा

वनस्पतिशास्त्र अस्तित्वात आहे आणि त्यात निरनिराळ्या वनस्पतींची पद्धतशीर वर्गवारी केली गेली आहे, हे त्यांच्या लक्षात आलं. हे पाहून त्यांना अचंबा वाटलाच, पण आनंदही झाला. ''इंग्लंडमधल्या पायदळी तुडवल्या जाणाऱ्या खुरट्या जंगली वनस्पतींचासुद्धा कुणीतरी सखोल शास्त्रीय अभ्यास केलाय, त्यांचं अचूक वर्णन केलंय, वनस्पती तसेच प्राणी यांचं त्यांच्यातील साम्य आणि वैषम्य यांनुसार वर्गीकरण केलं गेलंय, यावर विश्वास ठेवणं प्रथम शक्य होईना,'' असं त्यांनी याबाबत म्हटलं होतं.

या काळात रानावनात काम करणाऱ्या वॉलेसनी आपली निरीक्षणशक्ती पणास लावली. यामुळे त्यांची निरीक्षणशक्ती अतिशय धारदार बनली. जेव्हा एखादी वस्तू ते हातात घेत किंवा एखाद्या वस्तूचं ते अवलोकन करीत असत, तेव्हा त्यांच्या सूक्ष्म आणि चिकित्सक नजरेतून त्या वस्तूचा, त्या नमुन्याचा एकही बारकावा सुटत नसे. ते फक्त निसर्गशास्त्रज्ञच होते असं नव्हे, तर तत्कालीन शेतकऱ्यांचे राहणीमान, त्यांची जीवनपद्धती, त्यांच्या खाण्यापिण्याच्या सवयी, त्यांचं समाजजीवन, इंग्लिश हवामान, इंग्लिश खेड्यांतील लोककथा, अशा अनेक गोष्टींचे बारकावे ते लक्षात ठेवत असत. यामुळे त्यांचं ज्ञानभांडार समृद्ध व्हायला मदतच होत गेली. त्यांच्या भूमापन आणि भूसर्वेक्षणाच्या कामांमुळे त्यांचा कालव्यांशी संबंध आला आणि त्यांनी आयुष्यात प्रथमच वाफेवर चालणारं इंजीन बघितलं. या काळात इंग्लंडमधल्या व्यापारी देवघेवीचा आणि मालाच्या हालचालीचा फार मोठा हिस्सा हा कालव्यांतून होणाऱ्या वाहतुकीवर अवलंबून होता; रेल्वेमुळे हे कालवे लयास जातील, याची त्या काळात कुणी कल्पनाही करू शकत नव्हतं. अशा परिस्थितीत लंडन ते बर्मिंगहॅम रेल्वेची उभारणी सुरू झाली आणि संपूर्ण इंग्लंड ढवळून निघालं.

या भटकंतीतच चार्ल्स लायल यांच्या 'भूशास्त्राची मूलतत्त्वे' (प्रिन्सिपल्स ऑफ जिऑलॉजी) या ग्रंथाची वॉलेस पारायणं करीत होते. त्यामुळे आपण ज्या भूमीचे नकाशे करतोय त्या भूमीत किती स्थित्यंतरं होऊन गेली आहेत, हे त्यांच्या लक्षात येऊ लागलं. एवढंच नव्हे, तर या भागात 'हिमयुगं' होऊन गेली आणि त्यांचे

अवशेष सापडतात, हे वाचून तर त्यांच्या अभ्यासास अधिकच जोर चढला.

इंग्लंडमध्ये बऱ्याच ठिकाणी मोठमोठाले टोळे सापडतात. यांचं स्थानिक खडकांशी काहीच साम्य नसतं. या खडकांभोवती स्थानिक लोकांनी आख्यायिका गुंफलेल्या आढळतात. यांना भूशास्त्रीय परिभाषेत 'विदेशज' असं म्हणतात; कारण हे हिमयुगातल्या हिमनद्यांनी दूरवरून वाहून आणलेले खडक असतात. पण इ.स. १८४० मध्ये अगासीझ या भूशास्त्रज्ञानं हे जगाच्या निदर्शनास आणेपर्यंत या टोळ्यांचं कोडं भूशास्त्रज्ञांना सतत सतावत असे.

वॉलेस सोळा वर्षांचे असताना त्यांच्या आयुष्यात एक कायमस्वरूपी स्थित्यंतर येऊ घातलेलं होतं. भूमापन आणि सर्वेक्षण क्षेत्रात त्या काळी खूप स्पर्धा तर होतीच, पण दिवसेंदिवस हे काम मिळवणं अवघड होत चाललं होतं. प्रस्थापित संस्थांकडे जास्त गिऱ्हाईक जायचं. त्यांच्याकडून पोटकाम म्हणून तरुणांकडे हे काम यायचं. त्यामुळे कष्ट भरपूर आणि उत्पन्न अत्यल्प अशी परिस्थिती असे. बरेच दिवस बेकारीत घालवावे लागत. अशाच एका बेकार काळात आल्फ्रेडनं घड्याळ दुरुस्ती आणि निर्मितीचा व्यवसाय शिकून घ्यावा, म्हणजे पोट भरणं सोपं जाईल आणि भविष्यांची निश्चिंती होईल, असे घरच्या मंडळींनी आल्फ्रेडला सुचवलं. यामुळे लीटन बझार्ड इथल्या मॅथ्यूज नावाच्या माणसाकडे जवळजवळ ९ महिने आल्फ्रेड प्रशिक्षणार्थी म्हणून काम करीत होते. मॅथ्यूजनी आल्फ्रेडना वेगवेगळ्या प्रकारची घड्याळं दुरुस्त करायला, तसंच दागिने घडवायला शिकवलं, त्याचबरोबर धातूंवरचं कोरीव कामही आल्फ्रेडना शिकवण्यात आलं. ज्या संस्थेत हे प्रशिक्षण चालू होतं, त्याच संस्थेकडे शहराला इंधनपुरवठा करण्याचं काम होतं. त्यामुळे वॉलेसना रसायनशास्त्राचं व्यावहारिक ज्ञान प्राप्त झालं.

हे सर्व व्यवस्थित चालू असताना त्यात एक विघ्न आलं. पुढच्या आयुष्यात मात्र वॉलेसनी या विघ्नाचं वर्णन इष्टापत्ती असंच केलंय. या संस्थेच्या प्रमुखांना लंडनमधल्या दुसऱ्या एका मोठ्या संस्थेनं भागीदारी देऊ केली. यामुळे त्यांनी आपला हा धंदा

गुंडाळला, आणि पुन्हा भूमापन आणि निसर्ग या आपल्या आवडीच्या उद्योगात वॉलेस मग्न झाले.

आपल्या आयुष्याला वळण देणारी एक महत्त्वाची घटना, असं या घटनेचं वर्णन वॉलेसनी केलंय. ही इष्टापत्ती कोसळली नसती, तर मी त्या खेड्यात घड्याळ दुरुस्त करीत झिजत मेलो असतो, असं ते म्हणतात.

या काळातच विल्यमला हर्फर्डशायर आणि रॅडनॉरशायर इथं सर्वेक्षणाचं काम मिळालं. इथलं सृष्टिसौंदर्य आणि नैसर्गिक परिस्थिती वॉलेसना पूर्वी ते काम करीत होते त्या परगण्यांपेक्षा अगदीच वेगळी असल्याचं आढळून आलं. इथे खडकाळ टेकड्या होत्या; मधनंच अतिशय घातकी दलदल होती. यांना इंग्लंडमधे 'पीटबॉग्ज' म्हणतात. वर्षानुवर्षे या दलदलीत वनस्पती कुजून इथं कच्चा कोळसा नि मिथेन तयार होतो. अनभिज्ञ माणूस या दलदलीत गाडला जाऊ शकतो. कधीकधी हा मिथेन पेटून इथं भुताटकीचा भास होतो. या दलदलीतला कच्चा कोळसा काढून, वाळवून इंधन म्हणूनही काही ठिकाणी अजूनही वापरला जातो. या भागातल्या कामगारांचं आणि शेतकऱ्यांचं जीवन पाहून वॉलेस व्यथित झाले. त्या घटनांबद्दल त्यांनी उत्तरायुष्यात आपली तीव्र मतं व्यक्त केलेली आढळतात.

वॉलेस यांच्या आयुष्यातील हा काळ म्हणजे स्वयंशिक्षणाचा आदर्श नमुना ठरावा. वयाच्या अठराव्या वर्षी भावाबरोबर काम करता करता त्यांनी इंग्लंडमधील वनस्पतींचा सखोल अभ्यास केला होता. आपल्याकडील १ आणे माला, ४ आणे माला यांसारख्या त्या काळातील इंग्लंडमधील 'शिलिंगबुक्स'ची खरेदी करून वॉलेसनी ज्ञानार्जनास सुरुवात केली. इंग्लंडमध्ये 'उपयोगी ज्ञानप्रसारक मंडळी' (सोसायटी फॉर डिफ्यूजन ऑफ यूजफुल नॉलेज) ही संस्था अशा प्रकारची विविध विषयांची पुस्तकं प्रकाशित करीत असे. या संस्थेच्या पुस्तकांपासून सुरुवात करून मग वॉलेस हळूहळू मोठ्या ग्रंथांकडे वळले, पण तत्पूर्वी आपल्या नेहमीच्या कामातून वेळ काढून वनस्पतिसंकलन करायचं आणि रविवारी आपल्याकडच्या प्राथमिक पुस्तकाच्या साहाय्याने त्या वनस्पतींचं कूळ ठरवायचं, हा त्यांचा उद्योग चालूच होता. दरम्यान त्यांनी 'गार्डनर्स क्रॉनिकल' या

नियतकालिकात लिंडलेच्या 'एलिमेंट्स ऑफ बॉटनी' या पुस्तकाची जाहिरात बघितली. या पुस्तकाची किंमत त्या काळात प्रचंड वाटावी अशी होती, तरी १० शिलिंग आणि ६ पेन्स भरून त्यांनी हे पुस्तक मिळवलंच.

या पुस्तकानं वॅलेसचं मुळीच समाधान झालं नाही. त्यांनी हे आपलं मत, ते पुस्तक ज्याच्याकडून खरेदी केलं त्या दुकानदाराच्या कानावर घातलं. हा दुकानदार एक भला माणूस होता. या पोराचा कळवळा आणि पुस्तकप्रेम त्याच्या लक्षात आलं होतंच. त्यानं वॅलेसना आपल्या दुकानातून 'एनसायक्लोपीडिया ऑफ प्लॅन्ट्स' काढून दिला. आणि 'तो वापरून झाला की परत कर, पैसे नाही दिलेस तरी चालेल,' असंही वर सांगितलं. या ग्रंथावरून वॅलेसनी आपलं वनस्पतिशास्त्राचं प्रशिक्षण पूर्ण केलं. यातून त्यांचं निसर्गप्रेम अधिकच वाढीस लागलं. एक नवी अलिबाबाची गुहाच त्यांच्यापुढं उघडली गेली होती. आता त्यांनी पद्धतशीरपणे पानं-फुलं गोळा करायला सुरुवात केली. ही वाळवून जपून ठेवायचं ज्ञान त्यांनी प्राप्त करून घेतलं आणि वनस्पतींच्या दाबनमुन्यांचा स्व-अर्जित संग्रह करायला त्यांनी सुरुवात केली. याचा त्यांना उत्तरायुष्यात खूपच उपयोग झाला. आपल्या आत्मचरित्रात ते हा क्षण महत्त्वाचा मानत असत. 'एनसायक्लोपीडिया ऑफ प्लॅन्ट्स' हाती पडल्यानं आपल्याला एक साक्षात्कार झाला, असंच त्यांना वाटलं. 'आपल्या आयुष्याच्या वाटचालीला या घटनेनं दिशा मिळाली', असंही त्यांनी नमूद केलं आहे.

या काळातल्या दिवसांत त्यांना हा छंद वाढवता आला. त्यांचा भाऊ विल्यम याला मात्र काम शोधण्याऐवजी आल्फ्रेडनं हे असले उद्योग करावेत; आणि करावेत तर करावेत पण वर त्यात पैसे खर्च करावेत, हे मुळीच मान्य नव्हतं, पण आल्फ्रेड बधले नाहीत. वनस्पतिसंकलनाच्या छंदातून त्या वनस्पतीचं वर्णन, त्याभोवतालची परिस्थिती अशा गोष्टींची वर्णनं लिहिण्याचा वॅलेसना छंद जडला. त्यांनी आता रोजची डायरी ठेवायला सुरुवात केली. याच काळात त्यांनी वनस्पतिशास्त्रावरच्या एका व्याख्यानाला हजेरी लावली. त्या व्याख्यात्याचं अज्ञान आपल्यापिक्षाही जास्त असावं, असं हे व्याख्यान

ऐकून त्यांना वाटलं. त्या व्याख्यात्यापेक्षा आपण नक्कीच चांगलं बोलू शकतो, या विचारानं त्यांना घेरलं. अजून वीस वर्षंही पूर्ण न झालेल्या या तरुणानं मग स्वतःच एक व्याख्यान ठोकलं. या व्याख्यानात वनस्पतीचं वर्गीकरण कसं करतात, आणि त्याचं महत्त्व काय, हे त्यांनी सामान्यजनांना समजू शकेल अशा भाषेत सांगितलं. यानंतर लगेच काही दिवसांत त्यांनी दुसरं एक व्याख्यान दिलं. व्याख्यानाचा विषय होता, 'ज्ञानाच्या कक्षा'. एखाद्या विषयांचं वैशिष्ट्यपूर्ण ज्ञान मिळवण्यापेक्षा हरतऱ्हेचं ज्ञान मिळवणं हे व्यक्तिविकासाच्या दृष्टीनं किती महत्त्वाचं ठरतं, हा मुद्दा त्यांनी या व्याख्यानातून पुढं आणला. आपली ज्ञान मिळविण्याची खटपटही त्यांनी या व्याख्यानातून लोकांसमोर आणली. ते स्वतःच या बाबतचे आदर्श उदाहरण होते. त्यांनी फक्त भूसर्वेक्षणावरच लक्ष केंद्रित केलं असतं, तर ते एक उत्कृष्ट भूसर्वेक्षक बनले असते यात वाद नाही. पण उत्कृष्ट भूसर्वेक्षक बनतानाच आपल्या ज्ञानाच्या कक्षा रुंदावता येतात, हेही त्यांनी स्वतःच्या उदाहरणावरून सिद्ध केलं होतं. भूसर्वेक्षणासाठी खेड्यापाड्यांतून हिंडताना वॉलेस स्थानिक रहिवाशांमधले एक बनून जात असत. त्यांच्या चालीरीती, सामाजिक परिस्थिती, त्यांची जीवनपद्धती यांचं ते सखोल अवलोकन करायचे. भूसर्वेक्षण करायचं म्हणजे त्यांना सतत एका जागी राहून चालणार नव्हतं. एका गावाहून दुज्या गावाला, अशी त्यांची सतत भटकंती चालू होती. यामुळे स्थानिक धर्मशाळा, पथिकाश्रम यांमध्ये त्यांना बराच काळ व्यतीत करावा लागे. क्वचित प्रसंगी ते एखाद्या कुटुंबातही राहत असत. त्यांची राहणी अतिशय साधी होती. ते धूम्रपान किंवा मद्यप्राशनही करीत नसत. क्वचित कधीतरी फारसा गाजावाजा न करता एखादा ग्लास बिअर पिणे, ही ते चैन समजत असत; आणि इंग्लिश 'पब'मधून जे गोंधळाचं वातावरण असतं, ते त्यांना अजिबात मानवत नसे. विशेषतः अशा पबमधल्या शिवराळ संभाषणांमुळे त्यांचा संताप व्हायचा.

साउथवेल्स परगण्यात काम करताना त्यांनी तिथले शेतकरी व शेतमजूर यांच्या राहणीमानाचं सूक्ष्म निरीक्षण केलं. यावर त्यांनी एक लेखमालाच लिहिली, पण ती कुठेही छापायला पाठवली

नव्हती. तर त्यांनी ती स्वाध्याय म्हणूनच लिहिली होती. त्या काळातील परिस्थितीवर या लेखांद्वारे चांगलाच प्रकाश पडतो.

याच सुमारास म्हणजे वॉलेस वीस वर्षांचे असताना त्यांचे वडील वारले. अर्थात त्यामुळे त्यांच्यावर फारसा काही परिणाम झाला असावा, असं दिसून येत नाही. त्यांच्या डायऱ्यांमध्ये कुठेही भावनावश होऊन त्यांनी या प्रसंगाबद्दल काहीही लिहिलेलं नाही. तेराव्या वर्षापासून वडिलांपासून दूर राहून, स्वत:च्या पायांवर उभं राहायचा प्रयत्न करणाऱ्या वॉलेसनी वडिलांचा मृत्यू सहजपणे पचवला होता, असंच म्हणावं लागतं. त्याआधीची काही वर्षं आल्फ्रेड विल्यमबरोबरच राहत होते. तोच त्यांचा सांभाळ करीत होता. पण या घटनेबरोबरच आल्फ्रेडना विल्यमचाही आधार सोडावा लागणार, याची चिन्हं दिसू लागली होती. दिवसेंदिवस भूमापन व सर्वेक्षणाची कामं मिळणं ही गोष्ट अवघड बनू लागली होती. यामुळे आपण आता कुठल्यातरी वेगळ्या क्षेत्रात प्रवेश करावा, असं आल्फ्रेडना वाटू लागलं होतं; पण यातही अडचणी होत्या. आल्फ्रेड रसेल वॉलेस यांना जरी अनेक विषयांचं सखोल ज्ञान असलं, तरी त्यांच्याकडे कुठल्याही विद्यापीठाची पदवी मात्र नव्हती; पण तरीही त्यांनी स्वत:च्या पायांवर उभं राहायचंच, असा आता निश्चय केला होता.

आपल्या ज्ञानाचा स्वत:च्या पायावर उभं राहण्याच्या कामी उपयोग होईल का, याबाबत आल्फ्रेड रसेल वॉलेस यांनी खूप विचार केला. आपण शाळेत असताना खालच्या वर्गातल्या विद्यार्थ्यांना शिकवत होतो, तसंच आताही शिकवण्या करायला काय हरकत आहे, असा त्यांनी विचार केला. भूसर्वेक्षणाच्या सरावामुळे रेखाटनं, चित्रकला आणि नकाशावाचन यांत ते तयार होतेच. त्यांनी मग या दृष्टीने प्रयत्न केले आणि त्यांना लीस्टर इथं प्राथमिक शाळेत शिक्षकाची नोकरी मिळाली.

शिकवणं ही गोष्ट दिसायला सोपी दिसली तरी ती तितकी सोपी नाही, हे लवकरंच त्यांच्या लक्षात आलं. मुलांना शिकण्यापूर्वी स्वत: अभ्यास करणं आवश्यक आहे, हे लक्षात येताच त्यांनी स्वत:ला अभ्यासात झोकून दिलं. त्या शाळेचे मुख्याध्यापक हे

सहृदय आणि मायाळू होते. त्यांनी वॅलेसना भरपूर मदत केली. बीजगणित आणि त्रिकोणमितीचं शिक्षण दिलं. अशा तऱ्हेनं त्या शाळेतल्या विद्यार्थ्यांच्या बरोबरीनं वॅलेस यांचं पुढील शिक्षण सुरू झालं. त्या गावची आणखी एक खासियत म्हणजे तिथलं ग्रंथालय. आल्फ्रेड रसेल वॅलेस यांच्या भविष्यकाळावर या ग्रंथालयातील ग्रंथांनी फार मोठी छाप पाडली. त्यांचं आयुष्य बदलून टाकणारे दोन ग्रंथ वॅलेसनी इथंच वाचले. ते म्हणजे हंबोल्ट नावाच्या लेखकांचं 'पर्सनल नॅरेटिव ऑफ ट्रॅव्हल्स इन साउथ अमेरिका' आणि माल्थसचं 'प्रिन्सिपल्स ऑफ पॉप्युलेशन'. यां दोन पुस्तकांचं महत्त्व सांगावं तितकं थोडंच. डार्विन आणि वॅलेस या दोघांनीही माल्थसच्या 'प्रिन्सिपल्स ऑफ पॉप्युलेशन'चं वाचन आणि मनन केलं आणि त्यातूनच उत्क्रांतिवादाचा जन्म झाला, हे सर्वश्रुतच आहे. पण केवळ हे पुस्तक त्यांनी वाचलं असतं तर त्यांनी उत्क्रांतिवाद मांडला असता का, या प्रश्नाचं उत्तर नकारार्थीच द्यावं लागेल. त्या दोघांनी जी भ्रमंती केली त्या भ्रमंतीत त्यांनी जी चित्रविचित्र प्राणिसृष्टी पाहिली, त्या निरीक्षणांची त्यांनी माल्थसच्या सिद्धान्ताशी सांगड घातली म्हणूनच त्यांना उत्क्रांतिवादाचं पायाभूत असलेलं नैसर्गिक निवडीचं तत्त्व उमगलं, असं आपण म्हणू शकतो. यामुळेच वॅलेसच्या जीवनात हंबोल्टच्या 'पर्सनल नॅरेटिव ऑफ ट्रॅव्हल्स इन साऊथ अमेरिका' या ग्रंथाचं महत्त्व वाढतं; कारण हा प्रवासवृत्तांत वाचूनच वॅलेसच्या मनात द. अमेरिकन जंगलात भटकंती करण्याची तीव्र इच्छा झाली. हे पुस्तक वाचल्यानंतर काही दिवसांतच वॅलेसनी दक्षिण अमेरिकेबद्दलची जेवढी माहिती उपलब्ध होईल, ती वाचायचा सपाटाच लावला.

माल्थसच्या ग्रंथाबद्दल तर त्यांच्या मनात अपरंपार आदर होता. या ग्रंथामुळे जीवशास्त्रासारख्या विज्ञान विषयामागे तत्त्वज्ञान आहे, हे त्यांच्या लक्षात आलं. या ग्रंथातलं तत्त्वज्ञान त्यांना आयुष्यभर साथ देत राहिलं, असं त्यांनी नमूद करून ठेवलं आहे. हे पुस्तक वाचल्यानंतर वीस वर्षांनी, सजीवांच्या उत्क्रांतीमागची प्रेरणा शोधायचा ते प्रयत्न करीत होते त्या वेळी 'प्रिन्सिपल्स ऑफ पॉप्युलेशन'नं दीपस्तंभा-प्रमाणे आपल्याला मार्गदर्शन केलं, असं वॅलेस म्हणत असत.

लीस्टर इथं असताना वॅलेसना आणखी दोन विषयांनी आकर्षित केलं. नंतर आयुष्यभर वॅलेस या दोन विषयांत रमले. ते दोन विषय म्हणजे परामानसशास्त्र आणि संमोहनविद्या. संमोहनविद्येस आज हिप्नॉटिझम असं म्हटलं जातं. त्या काळी या विद्येस 'मेस्मर' नावाच्या संमोहनतज्ज्ञाच्या नावानं संबोधण्यात येत असे. तर या मेस्मेरिझमनं त्यांच्या मनाचा ठाव घेतला.

वॅलेस फावल्या वेळात व्याख्यानांना श्रोते म्हणून हजेरी लावीत असत. तो त्यांच्या स्वयंशिक्षणाचाच एक भाग होता. अशाच एका व्याख्यानात त्यांनी मेस्मेरिझमचे प्रयोग पाहिले आणि त्यामुळे वॅलेस अतिशय प्रभावित झाले. शाळेतल्या काही मुलांनी या नव्या विद्येचे प्रयोग खालच्या वर्गातील मुलांवर करून पाहिले. त्यात ही मोठी मुलं काही प्रमाणात यशस्वीही झाली. वॅलेसनी मग स्वत:ही असे प्रयोग केले तेव्हा ही संमोहनविद्या आपल्याला प्राप्त होऊ शकेल, हे त्यांच्या लक्षात आलं. मग त्यांनी शाळेतल्या मुलांवर या विद्येचे प्रयोग सुरू केले. या प्रयोगांना हेडमास्तरही उपस्थित असत; आणि वॅलेसच्या असल्या उद्योगांना प्रोत्साहन दिलं नाही तरी हरकतही घेत नसत. फ्रेनॉलॉजी म्हणजे कवटीमापन हा त्या काळात गाजत असलेला आणखी एक विषय. त्यातही वॅलेसना रस होता. किंबहुना संमोहनविद्या आणि कवटीमापन यांचा परस्परसंबंध आहे, असा त्यांचा दावा होता. मरेपर्यंत ते या दोन्ही विषयांची भलावण करीत असत आणि या दोन्ही विषयांवर त्यांची गाढ श्रद्धा होती.

लीसेस्टर इथं आणखी एक घटना घडली; ती म्हणजे वॅलेस आणि हेन्री वॉल्टर बेट्स यांचा परस्परपरिचय. हा परिचय कसा घडून आला, हे वॅलेस यांच्या स्मरणात राहिलं नव्हतं; पण या परिचयाचं मैत्रीत रूपांतर होणं ही आपल्या आयुष्यातील एक महत्त्वाची घटना होती, असं ते म्हणत असत. बेट्स हे कीटकशास्त्रज्ञ होते. या विषयावर त्यांचं प्रेम होतं. कठीण पाठीचे कीटक गोळा करणे हा त्यांचा आवडता छंद होता. इंग्रजीत अशा किड्यांना 'बीटल' असं म्हणतात. याशिवाय बेट्स फुलपाखरं आणि इतर कीटकही गोळा करीत असत. बेट्सच्या मैत्रीचा परिणाम वॅलेसवर झाला. त्यांच्या वनस्पतिसंग्रहाबरोबर त्यांनी आता कीटकसंग्रहही

सुरू केला. यासाठी त्यांच्या पद्धतीनं त्यांनी अभ्यास सुरू केला. 'मॅन्युअल ऑफ ब्रिटिश कोलीओप्टेरा' हा या छंदासाठी त्यांनी विकत घेतलेला पहिला ग्रंथ.

शाळेतून जेव्हा मोकळा वेळ मिळेल, तेव्हा आता वॅलेस कीटकसंग्रह करू लागले. लीसेस्टरच्या आसपास मोकळ्या रानात स्वच्छंद भटकंती करता करता त्यांना हा नवा उद्योग मिळाला होता. त्यांच्या बरोबर त्यांचे काही विद्यार्थीही येत असत. त्यांना हे नैसर्गिक प्रात्यक्षिक हवेहवेसे वाटत असे. वॅलेसना स्वयंशिक्षणात ही एक प्रकारची मदतच होत होती. लीसेस्टरमधल्या या वास्तव्याने आपल्या आयुष्याला एक वेगळंच वळण लावलं, असं वॅलेस म्हणायचे. बेट्सचा सहवास, कीटकसंग्रहाचा छंद आणि शिकवण्यांचा आनंद यामुळे हा काळ त्यांच्या आयुष्यातला एक सुखद कालखंड ठरला. पुढे कितीतरी वर्षे त्यांचा आणि बेट्सचा पत्रव्यवहार होता. त्यांची मैत्रीही अखेरपर्यंत टिकून होती. बेट्सनं सुरुवातीच्या काळात आल्फ्रेड वॅलेसचं शंकानिरसन तर केलंच; पण कीटकसंग्रह कसा करावा, याचे प्राथमिक धडेही त्यांना दिले. यातूनच पुढे ब्रिटिश जीवशास्त्रात बेट्स आणि वॅलेस ही नावं चिरस्थायी बनली.

आपला भाऊ विल्यम याच्या निधनामुळे आल्फ्रेडना लीसेस्टर सोडून नीथ इथं जावं लागलं. इथं विल्यमच्या पश्चात त्याचा इतर व्यवहार गुंडाळून त्याचा सर्वेक्षणापुरता व्यवसाय पुढं चालू ठेवायचा निर्णय वॅलेसनी घेतला. त्यांना सर्वेक्षणाच्या कामात खराखुरा रस होता. शिक्षकी पेशात एका ठिकाणी बांधून ठेवल्यासारखं होतं, अशी त्यांची भावना होती. या सर्वेक्षणानिमित्त आता ते नव्या भूप्रदेशात हिंडू लागले आणि इथं नवनव्या वनस्पती आणि कीटक गोळा करू लागले. त्या वर्षी इंग्लंडला 'रेल्वे मॅनिया'नं पछाडलं होतं. सर्वत्र रूळ टाकायचं काम धडाक्यानं सुरू होतं. यामुळं सर्वेक्षणाचा धंदा खूप जोरात होता. दिवसाला दोन गिनी असा सर्वेक्षकांना पगार मिळायचा. त्या काळात ही चांगली रक्कम होती. यातून त्यांनी काही पैसे शिलकीत टाकायला सुरुवात केली. नीथच्या खोऱ्यातल्या या कामातून त्यांनी जे पैसे शिलकीत टाकले, त्यांचा वॅलेसना ॲमेझॉनच्या खोऱ्यातील मोहिमेसाठी उपयोग झाला.

या काळात इंग्लंडमध्ये या रेल्वेच्या वेडानं जो गोंधळ उडाला होता, त्याचं वर्णन वॅलेसनी पुढील शब्दांत केलं आहे. ते म्हणतात :

'या वर्षात लोकांनी १२६३ नवीन रेलमार्ग बांधण्याच्या योजना शासनाकडे मान्यतेसाठी पाठवल्या. एवढे रेल्वेमार्ग बांधायला ५६ कोटी ३० लक्ष पौंड एवढा खर्च आला असता. या योजना सुरू करण्याआधी शासनाकडे जी रक्कम अनामत म्हणून ठेवावी लागली असती, ती एकूण रक्कम त्या काळी बँक ऑफ इंग्लंडमध्ये असलेलं सोनं आणि इंग्लंडच्या चलनी नोटा यांच्या बेरजेपेक्षा जास्त भरत होती. यामुळे लोक घाबरले, त्यांचा शेअर्सवरचा विश्वासच उडाला. सगळा शेअरबाजार गडगडला. खूप लोक एकाएकी गरीब झाले. एवढं सगळं घडलं खरं; पण त्या वर्षी ज्या योजना मान्यतेसाठी शासनाकडे दाखल झाल्या, त्यांतली एकही रेल्वेपुढे कधीही आली नाही. सर्वेक्षक आणि अभियंत्यांचे श्रम तसंच त्यांच्यावर झालेला खर्च फुकट गेला आणि कोर्टकचेरीत लक्षावधी पौंडांची नासाडी झाली.'

नीथच्या वास्तव्यात वॅलेसचा निसर्गनिरीक्षण, वनस्पती व कीटकसंकलन हे छंद चालू असले तरी त्यांना पोट भरण्यासाठी चांगलीच धडपड करावी लागत होती. सर्वेक्षणाचा धंदा बंद झाल्यावर आल्फ्रेडनी अभियांत्रिकी व घरबांधणीचा धंदा करायचं ठरवलं. त्यांचा एक भाऊ जॉन हा कुशल सुतार होता. तोही लंडनमधे राहत होता. त्याला आल्फ्रेडनी नीथ येथे बोलावलं आणि हा धंदा वाढवायची तयारी केली. त्यांची आई आणि बहीण या दोघींनीही नीथला यायची इच्छा व्यक्त केली; तेव्हा मग वॅलेसनी एक छोटी बंगली भाड्यानं घेतली. मग सर्व वॅलेस कुटुंबच तिथं राहू लागलं. वॅलेसनी जरी नवा उद्योग सुरू केला, तरी त्यांना मनासारखा धंदा वाढविता येईल, अशी चिन्हे दिसेनात. अधूनमधून सर्वेक्षणाची कामं मिळत तेवढंच. पण 'माझं घर बांधून द्या हो!' असं सांगणारं गिऱ्हाईक त्यांना मिळत नव्हतं. किरकोळ घरदुरुस्ती नि डागडुजीच्या कामांवरच त्यांना समाधान मानावं लागत होतं.

या काळात वॅलेसना मोकळा वेळ भरपूर प्रमाणात मिळत होता. त्यामुळे ते विज्ञान विषयाचे वेगवेगळे पैलू सांगणारी व्याख्यानं देत

असत. यातही त्यांच्या स्वशिक्षणाचा भाग मोठा होता. याशिवाय तिथल्या तत्त्वज्ञानविषयक सभांनाही ते हजर राहात असत. या काळात 'फिलॉसॉफी'मध्ये सर्वकाही येत असे आणि बहुधा विज्ञानाच्या सर्व शाखांबाबत तिथे ऊहापोह होत असे. या सभांमधून आणि त्या संस्थेच्या सभासदांकडून वॉलेसनी दूरदर्शीची माहिती तर मिळवलीच, पण या संस्थेच्या वाचनालयाचा फायदा घेऊन त्यांनी खगोलशास्त्राचाही अभ्यास सुरू केला. त्याचबरोबर त्यांनी आपल्या मोहनिद्रा आणि कवटीमापनशास्त्राच्या अभ्यासालाही इथं उजाळा दिला. त्या काळात या दोन विषयांना मान्यता तर नव्हतीच; पण या विषयांकडे काहीसे तुच्छतेने व कुत्सित बुद्धीने बघण्यात येत असे. असं असलं, तरी या विषयांच्या उपयुक्ततेबद्दल वॉलेस यांची पक्की खात्री पटलेली होती आणि या विषयांच्या अभ्यासाने मानवजातीचा खूप फायदा होईल, असं ते म्हणत असत. त्यांचा स्वत:चा या विषयांबाबतचा अनुभव त्यांच्या दृष्टीने पुरेसा बोलका होता.

हे सगळं चालू असलं तरी या काळात वॉलेसचा प्रमुख छंद होता तो म्हणजे कीटकसंकलन; आणि बेट्सबरोबरचा पत्रव्यवहार. ते दोघं पत्रांबरोबरच कीटकांच्या नमुन्यांचीही देवाणघेवाण करीत असत. आणि मिळेल तेव्हा बेट्स वॉलेसना भेटायला जात. मग प्रत्यक्ष भेटीत दोघांची विविध विषयांवर चर्चा होत असे. याच चर्चांमधून कीटकसंकलनासाठी विषुववृत्तीय प्रदेशात जायची कल्पना प्रथम पुढे आली. त्यांच्या पत्रव्यवहारामध्येही अनेक विषयांचा ऊहापोह केलेला असे. 'मी हे वाचलंय का? तू काय वाचलं आहेस,' असा हा पत्रव्यवहार असे.

त्या काळात 'व्हेस्टिजेस ऑफ नॅचरल हिस्टरी ऑफ क्रिएशन' नावाचं पुस्तक फार गाजत होतं. बायबलमध्ये जो सृष्टिनिर्मितीचा सिद्धान्त आहे, त्याचे पृथ्वीवर राहिलेले पुरावे या पुस्तकानं पुढे आपले आहेत, अशी त्याची जाहिरात होत होती. या पुस्तकाबद्दल बेट्सनं विचारणा केली, तेव्हा वॉलेसनी बेट्सला एक लांबलचक पत्र लिहिलं होतं. बेट्सचं या पुस्तकाबद्दलचं मत फारसं चांगल नव्हतं. याउलट वॉलेसना हे पुस्तक बेट्सना वाटे तितकं टाकाऊ वाटत नव्हतं. उलट, हे पुरावे गोळा करणाऱ्यांच्या प्रयत्नांबद्दल वॉलेसना

कौतुक वाटत होतं. या पुस्तकांच्या साहाय्यानं लेखकानं एक डोकेबाज स्पष्टीकरण मांडलेलं आहे; त्यासाठी त्याने सुयोग्य पुरावे आणि उदाहरणं या पुस्तकाद्वारे पुढं आणली असली, तरी या सिद्धान्ताची पूर्तता करायची असेल तर अजून बरीच उदाहरणं आणि पुरावेही पुढे यायला हवेत, असं वॅलेसना वाटत होतं. 'या पुस्तकाद्वारे लेखकाने निसर्गशास्त्रज्ञांना एक आव्हान दिलेलं आहे आणि यामुळे इथून पुढे निसर्गशास्त्रज्ञांनी केलेल्या प्रत्येक अभ्यासाला आणि पाहणीला पुरावा म्हणून महत्त्व येणार आहे. या पुराव्यांच्या साहाय्यानं या पुस्तकाच्या व त्यातील सिद्धान्तांच्या खरेखोटेपणाची शहानिशा करणं शक्य होणार आहे; बरेच शास्त्रज्ञही प्राण्यांची हळूहळू प्रगती होत गेली हेच मत पुढे आणत आहेत, त्या दृष्टीने या पुस्तकाचं वाचन व्हावं,' असंही, वॅलेसनी बेट्सना कळवलं होतं.

वॅलेसच्या वाचनाचा आवाका या काळात खूपच वाढला होता आणि प्राणिजाती कशा निर्माण झाल्या असाव्यात, याबद्दल अनेक विचार त्यांच्या मनात पिंगा घालत असावेत, असा तर्क करायला वाव आहे. याच काळात त्यांनी बेट्सना लॉरेन्सचा 'लेक्चर्स ऑन मॅन' हा ग्रंथ वाचायची शिफारस केली होती. माणसांच्या विविध जाती-जमाती कशा निर्माण झाल्या असाव्यात, हे समजावून सांगण्याच्या उद्देशानं लॉरेन्सची व्याख्यानं इथं ग्रथित करण्यात आली होती. 'फिजिकल हिस्टरी ऑफ मॅन' या ग्रंथाच्या ग्रंथकर्त्याच्या मताप्रमाणेचं लॉरेन्सचंही मत होतं, ते म्हणजे या मानवजाती कोणत्याही बाह्य कारणाने निर्माण झालेल्या नसून काही व्यक्तींमध्ये काही वैशिष्ट्यपूर्ण गुण प्रकटले आणि नंतर त्या प्रकारच्या सर्व मानवी जातीत पसरले.

डार्विनच्या 'जर्नल'चा म्हणजे 'बीगल'वरच्या सफरीच्या वृत्तान्ताचाही वॅलेसनी अभ्यास केला. हंबोल्टचं प्रवासवर्णन डार्विनच्या जर्नलपेक्षा कितीतरी पटीनं उजवं आहे, असं त्यांचं मत झालं. मात्र या दोन ग्रंथांच्या वाचनामुळेच वॅलेसनी विषुववृत्तीय जंगलात कीटकसंकलनास जाण्याचं ठरवलं, हे निर्विवाद.

याच काळात आणखीही एका छोटेखानी पुस्तकानं वॅलेसचं मन

वळवण्यात यश मिळवलं. हे पुस्तक म्हणजे डब्ल्यू. एच. एडवर्ड्सचं 'अ व्हॉयेज अप द अमेझॉन'. आत्तापर्यंत 'जायचं, जायचं' असं घोकणारे वॅलेस या पुस्तकानं इरेस पडले आणि वाटेल त्या परिस्थितीत दक्षिण अमेरिकेच्या जंगलात जायचंच अशा निश्चयाने पेटले. एडवर्ड्सच्या या पुस्तकात केवळ त्या भूभागातल्या वनस्पतींचं आणि चित्रविचित्र प्राण्यांचं वर्णन होतं असं नाही, तर त्या भागात जायचं कसं, तिथल्या लोकांचं आदरातिथ्य किती चांगल्या प्रकारचं आहे, या सर्व प्रवासास किती खर्च येईल आणि उदरनिर्वाहास किती खर्च येईल, याच सविस्तर वर्णन होतं.

या प्रवासाच्या निश्चयास बळकटी मिळायला आणखी एक व्यक्ती कारणीभूत ठरली; ती म्हणजे एडवर्ड डबलडे. एडवर्ड तेव्हा ब्रिटिश म्यूझिअमच्या फुलपाखरांच्या विभागाचे प्रमुख होते. त्यांच्या मते ब्राझीलच्या उत्तर भागात कीटकसंकलनास भरपूर वाव होताच; पण त्याशिवाय इतर प्राणी गोळा करणंही शक्य होतं, आणि असे सजीव लंडनमध्ये विकले तर त्यातून प्रवासाचा खर्च सहज भरून निघाला असता. हे ऐकल्यावर बेट्स आणि वॅलेस यांनी दक्षिण अमेरिकेत जायची तयारी सुरू केली.

इ.स. १८४८ च्या मार्च महिन्यात वॅलेस आणि बेट्स लंडनमधे आपल्या प्रवासाची तयारी करायच्या उद्देशाने आले. या प्रकारचं संकलन आणि संग्रह करण्यासाठी आवश्यक अशी सर्व प्रकारची सामग्री त्यांनी खरेदी केली. आणि प्रवासासाठी दक्षिण अमेरिकेकडे जाणाऱ्या एखाद्या जहाजावर जागा मिळते का, यांची चौकशीही सुरू ठेवली. याच काळात 'अ व्हॉयेज अप द ॲमेझॉन'चे लेखक डब्ल्यू. एच. एडवर्ड्स यांचीही या दोघांशी गाठ पडली. तेव्हा एडवर्ड्स काही कामानिमित्त लंडनमध्ये आलेले होते. एडवर्ड्सनी त्यांना पुस्तकात नसलेली बरीच माहिती व अनुभव कथन केले. एवढंच नव्हे तर आपल्याला दक्षिण अमेरिकेत भेटलेल्या बऱ्याच व्यक्तींचे पत्ते व 'या दोघांना मदत करावी,' अशा अर्थाची त्या त्या व्यक्तींना लिहिलेली पत्रंही एडवर्ड्सनी या दोघांजवळ दिली. लंडनमध्ये असताना त्यांनी बऱ्याच संग्रहालयांना भेटी दिल्या आणि त्या संग्राहकांशी शक्य ती वैचारिक देवाणघेवाणही केली.

दक्षिण अमेरिकेच्या दौऱ्यावर असताना बेट्स आणि वॅलेस यांनी इंग्लंडमध्ये जमवून ठेवलेल्या संग्रहाचं काय करायचं, हा प्रश्न होताच. त्यासाठी ते एखाद्या व्यक्तीचा शोध घेत होते. तसंच द. अमेरिकेत आपल्याला इंग्लंडमधील वृत्तान्तही कळवील अशा व्यक्तीच्या गळ्यात ही जबाबदारी मारावी, असा त्यांचा बेत होता. आपल्याला जे नमुने नको वाटतील ते नमुने इंग्लंडमध्ये आल्यावर विकून टाकायचे म्हणजे या प्रवासाचा खर्च भरून येईल, असा त्यांचा मानस होता. या सर्व बाबींची लंडनमध्ये पूर्तता झाल्यावर वॅलेस आणि बेट्स लीसेस्टर इथल्या बेट्सच्या घरी बेट्सच्या आई-वडिलांकडे जाऊन राहिले. इथे वॅलेसनी जुन्या ओळखींना उजाळा दिला आणि मग दोघेही भारावलेल्या मनाने आपला स्वप्नपूर्तीचा प्रवास करायला म्हणून दक्षिण अमेरिकेकडे जाणाऱ्या जहाजात बसले.

द. अमेरिका आणि ईस्ट इंडीजचा प्रवास

वॉलेस आणि बेट्सना घेऊन निघणाऱ्या गलबताचं नाव होतं मिस्चिफ; पण कोणताही खट्याळपणा न करता ठरल्या दिवशी, म्हणजे २० एप्रिल १८४८ या दिवशी मिस्चिफनं लिव्हरपूलचा निरोप घेतला. या दोघांना समुद्र लागला तेवढे दोन दिवस सोडले तर अक्षरश: सांगण्यासारखं काहीही न घडता प्रवास २२ दिवसांत पार पडला. ब्राझीलमध्ये पारा या ठिकाणी उतरल्यावर त्या दोघांनी इथंच एक घर राहायला म्हणून भाड्यानं घेतलं; आणि एका निग्रो स्वयंपाक्याला त्यांनी पोटपूजेची आणि घराची देखभाल करायला नेमलं. इथलं अन्न आणि स्वयंपाकाची पद्धत अगदीच वेगळी होती. अन्नही इंग्लंडपेक्षा खूपच स्वस्त होतं. केळी आणि संत्र्यांची इथं रेलचेल होती. त्यामुळं येता-जाता हे दोघंही या फळांवर ताव मारत असत.

रोज तासभर पाऊस आणि ३० अंश ते ३५ अंश से. तापमानामुळेही वॉलेसना हा भूभाग आवडू लागला. शिवाय गावातून बाहेर पडलं, की जंगलाची सुरुवात होत असे. याशिवाय सजीव सृष्टीच्या जातिवैचित्र्यानंही त्यांना मोहवून टाकलं होतं. इंग्लंडमध्ये उन्हाळाभर फिरून जेवढी फुलपाखरं (म्हणजे वेगवेगळ्या जातींची फुलपाखरं) गोळा करता येणार नाहीत, तेवढ्या जातींची फुलपाखरं दोन महिन्यांतच या जोडीनं गोळा केली. वेगवेगळ्या ३० जातींची फुलपाखरं इंग्लंडभर हिंडून जमा केलेल्या वॉलेस आणि बेट्स या द्वयीला दोन महिन्यांत या एका गावाच्या आसपास ४०० निरनिराळ्या

जातींची फुलपाखरं गोळा करता आली. यावरून इथल्या सजीवांतील वैविध्याची कल्पना येईल. शिवाय इथल्या सजीवांच्या रंगवैचित्र्यानंही वॅलेसचं मन मोहून गेलं.

इथल्या अनाघ्रात जंगलांचं वैभव तर डोळे दिपवणारं होतं. ती घनदाट जंगलं, त्यातली गगनचुंबी झाडं, त्यांना लपेटलेल्या वेली यांनी दोन्ही तरुण शास्त्रज्ञांना थक्क करून सोडलं. निसर्गाचा असा रौद्रभीषण आविष्कार त्यांना इंग्लंडमध्ये बघायला मिळणं अशक्यच होतं. या जंगलाच्या दर्शनानेच त्यांना आपल्या प्रवासाचं सार्थक झाल्यासारखं वाटलं.

'इथले असंख्य चित्रविचित्र पक्षी, जाग्वारसारखे शिकारी प्राणी आणि बोआ कॉन्स्ट्रिक्टरसारखे महाप्रचंड अजगर पाहून हे निसर्गाचं प्राणिभांडारच खुलं झालं आहे, असं म्हणावंसं वाटतं,'' असं त्यांनी आपल्या डायरीत नमूद करून ठेवलं आहे.

वॅलेस हे धंद्यानं सर्वेक्षक होते. पारा हे त्रिभुज प्रदेशावरचं बंदर. त्याच्या आजूबाजूस दूरवर सपाटी पसरलेली आणि त्यात वाहणारे अनेक जलप्रवाह पाहून त्यांना या जलमार्गांचा वाहतुकीसाठी आणि प्रवासासाठी किती छान उपयोग करून घेता येईल, असं वाटू लागलं. इथल्या वनस्पती आणि आदिवासी यांबद्दलही त्यांना कुतूहल होतं. विशेषतः या वनस्पतींकडून हे आदिवासी अन्न आणि विविध औषधं मिळवतात, हे पाहून इथल्या वनस्पतींचा अधिक अभ्यास व्हायला हवा, असं त्यांना वाटू लागलं. ताड, माड आणि त्या कुळाच्या इतर जातींच्या झाडांचा हे आदिवासी ज्या विविध प्रकारे उपयोग करून घेतात, ते पाहून त्यांना अचंबा वाटला. अन्न, दोरी, घराचे वासे, घराचं छप्पर वगैरे या झाडांपासूनच मिळत असल्याने लोकांना घरं बांधण्यासाठी धातूची गरजच भासत नव्हती. शिवाय नारळाच्या करवंट्यांची वाटी, बाटली, चमचे आणि इतर झाडांपासून मिळणाऱ्या वस्तूंमुळे घरसंसाराचे सर्व सामान या आदिवासींना निसर्गाकडूनच आंदण म्हणून मिळत होतं.

इथे आल्यावर पहिल्या काही दिवसांमध्येच कीटक आणि इतर प्राणिजातींचा एक अनोखा खजिनाच आपल्या हाती आलाय, हे वॅलेस यांच्या लक्षात आलं. शिवाय हा खजिना अमर्याद होता.

स्वत:चा अभ्यास आणि संकलनाची हौस पूर्ण करून शिवाय इतरांनाही यातल्या बऱ्याच गोष्टी विकत घेण्यासारख्या होत्या. इथल्या वनस्पती आणि प्राण्यांबरोबरच इथल्या आदिवासींनीही त्यांचं लक्ष वेधून घेतलं. इथे तीन मानवी वंश नांदतात, असं ते म्हणायचे. आदिवासी किंवा रेडइंडियन्स, पोर्तुगीज आणि त्यांचे वंशज आणि निग्रोवंशी लोक. याशिवाय या सर्वांचं मिश्रणही इथे होऊ लागलं होतं. इथं त्यांनी जे आदिवासी सुरुवातीच्या काळात बघितले, त्यांना ते माणसाळलेले 'इंडियन्स' असं म्हणत असत. यांतले बहुतेक सर्व जण पोर्तुगीज भाषा बोलत आणि ते सर्व चर्चला जात असत.

यानंतर वॉलेसनी व्हेनेझुएलात रिओ निग्रोच्या उगमापर्यंत प्रवास केला. इथे भरपूर कीटक गोळा केले. याशिवाय सृष्टिसौंदर्यांचा मनमुराद आनंद लुटला. खूप पक्षी गोळा केले. तिथून परतल्यावर ते युडीपझ् आणि इसाना नद्यांमधून हिंडले. यामागे केवळ हा भूभाग बघावा, एवढीच त्यांची इच्छा होती.

दक्षिण अमेरिकेत अशा तऱ्हेनं चार वर्षं घालवून मग वॉलेसनी इंग्लंडला परतायचं ठरवलं. या भूभागात हिंडताना बऱ्याच युरोपीय मंडळींना नानाविध शारीरिक व्याधी त्रास देत असत. त्यांचा वॉलेसना आजिबात त्रास झालेला नव्हता. मलेरिया आणि आमांश यांतून मात्र त्यांची सुटका होऊ शकली नसली, तरी इतरांच्या मानाने त्यांनी चांगलीच तग धरली होती. मुख्य म्हणजे जरी ते अधूनमधून आपल्या संकलनातील काही भाग मायभूमीस पाठवीत होते, तरीही त्यांच्या जवळच्या सजीव नमुन्यांचा साठा वाढत चालला होता. हा साठा इंग्लंडला नेणं आवश्यक होतं; अर्थात आपल्या नशिबी काय वाढून ठेवलंय, याची त्यांना या क्षणी कल्पनाही नव्हती.

१२ जुलै १८५२ रोजी पाराहून ते इंग्लंडला जायला निघाले. या वेळी त्यांच्या सामानात अनेक प्राणी, पक्षी, एक रानकुत्रा आणि याचबरोबर वनस्पतींचे वाढवलेले नमुने आणि चार वर्षांच्या प्रवासातील निरीक्षणांच्या नोंदवह्या एवढं भांडार होतं. याच जहाजात बऱ्याच मोठ्या प्रमाणावर राळेचा साठाही होता, तो इंग्लंडला चालला होता. वॉलेसच्या दुर्दैवाने या जहाजास आग लागली आणि त्यात ही राळ

पेटली. यामुळे जीव वाचवण्यासाठी अगदी आवश्यक तेवढंच सामान घेऊन जीवरक्षक होडक्यांचा आश्रय घेणं, एवढाच मार्ग या बोटीवरील खलाशी व प्रवाशांपुढे उरला. अक्षरश: जे हाताला लागेल आणि हातात मावेल एवढंच सामान घेण्याइतपत वेळ उरला होता. तरीही वॅलेस यांच्यातील शास्त्रज्ञ जागा होता. त्यांनी ताड आणि मासे यांची केलेली रेखाटनं बरोबर घेतली. जवळजवळ दहा दिवस वॅलेस आणि खलाशी त्या होड्यांमध्ये बसून होते. ते मालवाहू जहाज असल्याने प्रवासी असे फारसे नव्हतेच. झोप नाही, अन्न-पाणी संपत आलेलं अशा परिस्थितीतही आपली रेखाटनं सांभाळत वॅलेस त्या जीवरक्षक होडक्यात हताश होऊन दिवस मोजत होते. जॉर्डेब्सन या नावाच्या एका शिडाच्या जुनाट जहाजाचं लक्ष या मंडळींकडे गेलं. तेव्हा ही होडकी बर्म्युडापासून सव्वातीनशे किलोमीटर लांब होती.

आपल्या चार वर्षांच्या वनवासाचं फलित अग्निकाष्ठभक्षण करीत असताना पाहून वॅलेसना काय वाटलं असेल, याची कल्पनाच केलेली बरी. एक घड्याळ, थोडे पैसे आणि ती अमूल्य रेखाटनं वाचली; पण आजमितीस युरोपात कधी कुणाजवळ नसतील अशा तऱ्हेचे सजीवांचे नमुने डोळ्यांदेखत जळून जावेत, याचं वॅलेसना अपरंपार दु:ख झालं. जॉर्डेब्सननं वॅलेसना इंग्लंडमध्ये पोहोचवलं तेव्हा वॅलेस जवळजवळ कफल्लक होते.

त्यातल्या त्यात बरी म्हणता येईल अशी एकच गोष्ट या काळात घडली होती. ती म्हणजे वॅलेसनी दक्षिण अमेरिकेतून याआधी वेळोवेळी इंग्लंडला पाठविलेले नमुने विकले गेले होते. त्यातून त्यांचा दक्षिण अमेरिकेला जायचा खर्च भरून निघाला असल्याने वॅलेस यांच्यावर कर्जबाजारी होण्याची वेळ आलेली नव्हतीच; पण त्यातून थोडेसे पैसेही उरले होते.

लंडनमध्ये आल्यावर वॅलेसनी या उरलेल्या पैशांतून एक घर घेतलं. या घरात ते, त्यांची आई, बहीण व मेव्हणा राहू लागले. इथं वॅलेसनी आपल्या द. अमेरिकेतील वास्तव्यावर लेख लिहायला सुरुवात केलीच, पण याआधी वेळोवेळी इंग्लंडला पाठविलेल्या संकलनाच्या आणि नोंदवह्यांच्या आधारे शास्त्रीय नियतकालिकांमधून

पाठवावयाच्या शोधनिबंधांची तयारीही ते करू लागले. यासाठी त्यांनी पाठवलेल्या पत्रांचाही त्यांना खूप उपयोग झाला. हळूहळू प्राणिशास्त्रीय आणि कीटकशास्त्रीय सभांना त्यांना मानाने बोलावण्यात येऊ लागलं. यामुळे या शाखांमधील वेगवेगळ्या विचारसरणीच्या शास्त्रज्ञांशी त्यांचा परिचय झाला. वॉलेस बराच काळ प्राणी संग्रहालयांमधून आणि वनस्पती उद्यानांमधून व्यतीत करत असत. विशेषत: क्यू गार्डन्स हे त्यांचं आवडतं विरंगुळ्याचं ठिकाण होतं. इथं ते वनस्पतिशास्त्राचा अभ्यास करीत असत. शिवाय द. अमेरिकेतून ताडवर्गी वनस्पतींचे जे नमुने किंवा रेखाटनं त्यांनी आणली होती, त्यांची ओळख पटवून त्यांची शास्त्रीय नावं शोधण्यातही त्यांचा बराच वेळ खर्च होत असे.

इ.स. १८५२ मध्ये झूलॉजिकल सोसायटीच्या एका सभेत वॉलेसची टी. एच. हक्सले यांच्याशी प्रथम भेट घडून आली. तेव्हा अजून डार्विन-वॉलेस सिद्धान्तास प्रसिद्धी मिळायची होती. किंबहुना अजून असा सिद्धान्त वॉलेसच्या डोक्यातही आला नव्हता. हक्सले यांच्या वक्तृत्वामुळे आणि विवादपटुत्वामुळे वॉलेस फारच प्रभावित झाले. हक्सले यांच्या ओघवत्या भाषणशैलीतून जी माहिती मिळते, ती विसरणं कठीण आहे. पण हा केवळ भाषेचा ओघ नसतो, तर त्या त्या विषयाचं हक्सलेंचं सखोल ज्ञान, शास्त्रीय आणि तांत्रिक बारकावे न विसरता व्यवस्थितपणे लोकांसमोर आणण्याची त्यांची हातोटी यामुळे हक्सले हे आपल्याहून खूपच विद्वान आहेत आणि आपल्याला अजून खूप पल्ला गाठायचा बाकी आहे, अशी खूणगाठ मनाशी बांधून वॉलेस जोमाने अभ्यासास लागले. या काळात हक्सले हे आपल्यापेक्षा वयाने बरेच मोठे असावेत, असा वॉलेस यांचा समज झाला होता. पुढे जेव्हा हक्सले यांचं खरं वय वॉलेसना कळलं आणि आपलं वय हक्सलेंपेक्षा जास्त आहे, हे त्यांच्या लक्षात आलं, तेव्हा हक्सलेंबद्दलचा वॉलेसच्या मनातील आदर आणखीच वाढला.

लंडनमध्ये असताना वॉलेस यांनी बरंच लिखाण केलं, त्याचबरोबर बरीच भाषणंही दिली. निरनिराळी फुलपाखरं, पक्षी, माकड आणि इतर सजीवांच्या वास्तव्यावर भौगोलिक बंधनं असतात, असा

त्यांच्या भाषणाचा सूर असे. अमेझॉन आणि रिओ निग्रो यांच्या दुआबात सापडणाऱ्या प्राणिजाती या नद्यांच्या पात्रांनी सीमित केलेल्या प्रदेशांबाहेर सापडत नाहीत, असं ते सोदाहरण पटवून द्यायचा प्रयत्न करीत असत. यासाठी ते स्लॉथ प्राण्याचं आणि तुतारी पक्ष्याचं उदाहरण देत असत. या प्राणिजाती कशा अस्तित्वात आल्या असतील, त्या याच भागात कशामुळे फोफावल्या असाव्यात, या दृष्टीने याच काळात त्यांचे विचार चालू होते.

लंडनच्या या वास्तव्यात त्यांची दोन पुस्तकं प्रसिद्ध झाली. 'पाम ट्रीज ॲन्ड देअर यूझेस' या ग्रंथात त्यांनी या झाडांची, त्यांच्या पानांची व फळांची रेखाटनं केली होती. हे पुस्तक वॉलेसनी स्वखर्चाने प्रकाशित केलं होतं. दुसरं पुस्तक होतं ते म्हणजे 'अ नॅरेटिव ऑफ ट्रॅव्हल्स ऑन अमेझॉन ॲन्ड रिओ निग्रो' या पुस्तकात त्यांच्या आठवणी होत्या आणि बऱ्याच नोंदी जळून गेल्यामुळे त्यांना आपल्या स्मरणशक्तीवर भर देऊनच हे पुस्तक लिहावं लागलं होतं. या पुस्तकांच्या सात-आठशे प्रती छापण्यात आल्या होत्या; आणि त्या खपवताना वॉलेस यांच्या नाकी नऊ आले. या पुस्तकाची पहिली आणि अखेरची आवृत्ती संपायला दहा वर्षं जावी लागली.

स्वस्थ बसणं आणि एका गावी राहणं हे वॉलेस यांच्या रक्तातच नव्हतं. ब्रिटिश म्यूझिअममध्ये ग्रंथालयात अभ्यास करून ते माहिती मिळवत असतानाच त्यांच्या पुढच्या प्रवासाची दिशा हळूहळू त्यांच्या मेंदूत पक्की होती. आपण मलायाच्या द्वीपशृंखलेत पुढचा प्रवास करायचा हा विचार पक्का होताच त्यांनी हा आपला विचार काही शास्त्रज्ञ मित्रांना बोलून दाखवला. त्या वेळी प्रवासखर्चाचा प्रश्न कसा सोडवायचा याची अर्थातच चर्चा झाली. वॉलेस यांचे खिसे तसे रिकामेच होते. पण आता वॉलेस यांचं नाव शास्त्रज्ञ म्हणून जगापुढे आलं होतं. त्याचा वॉलेसना चांगलाच फायदा झाला. ब्रिटिश सरकारच्या एका जहाजावर फुकट प्रवासाची सोय त्यांच्या मित्रांच्या प्रयत्नाने होऊ शकली. 'फ्रॉलिक' या सरकारी जहाजावर त्यांच्यासाठी जागा राखून ठेवल्याची बातमी वॉलेसना १८५४ च्या जानेवारीत मिळाली. यामुळे वॉलेसनी लंडनहून आपला मुक्काम हलवला आणि

ते पोर्ट्स माऊथला जाऊन जहाजाची वाट पाहू लागले. बरेच आठवडे त्या जहाजाची काहीच बातमी येईना. दरम्यान क्रिमियन युद्ध सुरू झालं होतं. यामुळे लष्कराने या जहाजावर आपली सामग्री लादून ते रशियाशी चालू असलेल्या युद्धाच्या दिशेनं पिटाळलं होतं. यामुळे वॅलेस लंडनला परतले. त्यांनी पुन्हा प्रयत्न केले आणि दुसऱ्या एका जहाजातून ते सिंगापूरच्या दिशेनं निघाले. आता पुढची आठ वर्ष तरी त्यांना त्यांच्या मायभूमीचं दर्शन घडणार नव्हतं.

वॅलेस एप्रिल १८५४ मधे सिंगापूरला पोहोचले. इथे आपलं एखादं मुख्य केंद्र निर्माण करावं आणि तिथून ठिकठिकाणी प्रवासास जावं, असं त्यांच्या मनात होतं. सिंगापूर तेव्हा फारच छोटं होतं. या बेटाच्या मध्यापासून सुमारे १३ कि.मी. अंतरावर त्यांनी एका फ्रेंच कॅथॉलिक मिशनऱ्याच्या पडवीत आपला मुक्काम ठोकला. या पाद्रीबुवांनी वॅलेसना त्यांचे संकलित नमुने ठेवायला जागाही उपलब्ध करून दिली. ही जागा जंगलापासून हाकेच्या अंतरावर होती, हे वॅलेसच्या पथ्यावर पडलं. या भागात एकही इंग्रज प्रॉटेस्टन्ट धर्मप्रसारक नव्हता, याचंही त्यांना खूपच आश्चर्य वाटलं. खरंतर सिंगापूर आणि मलाया तेव्हा इंग्रज अमलाखाली होतं. पण धर्मप्रसार, धर्मांतर, शिक्षण आणि पाश्चात्त्य रीतिरिवाज शिकवणं हे सर्व फ्रेंच कॅथॉलिकांच्या हाती होतं.

वॅलेसना हे बघून आश्चर्य वाटलं, तरी इथल्या जंगलातील संपन्न सजीव सृष्टी पाहून त्यांना अधिक आश्चर्य वाटलं. इथे आपल्याला संकलनासाठी भरपूर वाव आहे, हे लक्षात येताच त्यांनी भरपूर वेळ त्या कामासाठी दिला; आणि त्यासाठी स्वत:च एक नियम तयार केला. एका विशिष्ट मर्यादेपर्यंत संकलन झालं, की ते सर्व प्राणी, वनस्पतींचे नमुने लगेच जहाजांवर चढवून इंग्लंडला पाठवून द्यायचे. इथल्या माकडांनी तर त्यांचं मन वेधून घेतलं होतं. अख्ख्या ब्राझीलमध्ये त्यांना मिळाली नसतील, एवढी माकडं त्यांना या बेटांवर सापडत होती.

एक दिवस वॅलेसनी एका झाडाच्या टोकावर बसलेलं एक भलं मोठं माकड बघितलं. त्यांनी त्या माकडाला गोळी घातली. ते

माकड खाली पडलं. ती मादी होती. तिच्या पोटाशी एक पिलू होतं. ते फारच तान्हं होतं. मेलेल्या आईच्या स्तनांशी ते लुचत होतं. वॅलेसनी मग ते पिलूही आपल्या बरोबर आणलं. त्याला बाटलीतून दूध पाजणं, भाताची पेज घालणं, त्याच्या अंगावरची लव साफ करणं, अशी त्या पिलाची वॅलेस मग सेवा करू लागले. त्याच्यासाठी वॅलेसनी मग एक पाळणा तयार केला. आता वॅलेस संकलनासाठी बाहेर पडले, की त्यांना त्या पिल्लाची काळजी वाटत असे. अशा वेळी ते पिल्लू केकाटत राहायचं. त्याला एकटं वाटू नये म्हणून मग त्यांनी दुसरं एक छोटं माकड पकडून त्या पिल्लाला सोबत म्हणून आणलं, आणि त्या पिल्लाची काळजी घेऊन त्याला वाढवलं.

ब्राझीलमधे असताना तिथल्या आदिमांशी वॅलेसनी खूप जुळवून घेतलं होतं. आदिवासींबद्दल त्यांच्या मनात खूप कुतूहल होतं. तथाकथित सुसंस्कृत युरोपीय माणसांच्या राहणीशी ते या आदिवासींच्या राहणीची आणि चालीरीतींची सतत तुलना करीत असत. इथेसुद्धा सारावाकमधल्या दायाक जमातीत ते समरसून गेले. दायाक अतिशय साधे, आतिथ्यशील लोक होते. अमेरिकन इंडियनांप्रमाणे ते क्रूर आणि युद्धखोर नव्हते. त्यांनी वॅलेसना आपलं मानलं होतं. युद्धात ते शत्रूची मुंडकी कापून ती सुकवतात आणि ती आक्रसलेली मुंडकी गृहसजावटीसाठी वापरतात, या त्यांच्याबद्दलच्या आख्यायिका ऐकून गेलेल्या वॅलेसना, त्यांनी केलेलं आदरातिथ्य बघून आश्चर्य वाटलं. या जमातीत तोपर्यंत कधीही खून घडला नव्हता की चोरी झालेली नव्हती. एकदाच एक परका माणूस अतिथी म्हणून आला होता आणि त्याने दायाक चालीरीतीविरुद्ध काहीतरी वर्तणूक केली होती, तेव्हा त्याला सर्वांनी मिळून मारले होते.

या भागात वावरताना वॅलेसचा सर जेम्स ब्रुक यांच्याशी परिचय घडून आला. सर जेम्स ब्रुक म्हणजे सारावाकचे महाराज. त्यांना युरोपियनांनी जवळजवळ वाळीत टाकलं असलं, तरी वॅलेसचं त्यांच्याशी चांगलंच सख्य जमलं होतं. वॅलेसना सर जेम्स ब्रुक यांच्याबद्दल आदरयुक्त प्रेम वाटायचं. कुठलाही शासकीय पाठिंबा नसताना मायभूमीपासून इतक्या दूर येऊन तिथल्या स्थानिक लोकांसह युरोपीय लोकांवरही सत्ता गाजवायची ही गोष्ट निश्चितच कौतुकास्पद

आहे, असं वॉलेस यांना वाटे. इंग्लंडमध्ये ब्रुक यांच्याबद्दल अनेक लोकापवाद पसरलेले होते; पण प्रत्यक्ष सारावाकमध्ये ब्रुक यांना राजा म्हणून लोक मानत होते, असंच वॉलेसना आढळून आलं.

फेब्रुवारी १८५६ मधे क्रिमियन युद्ध संपुष्टात आलं. क्रूर रशियन राजसत्तेपासून युरोपचं संरक्षण व्हावं, यासाठी आवश्यकच असलेलं युद्ध, असं या युद्धाबाबत वॉलेस यांचं मत होतं. वॉलेसच्या मते रशियन हे फ्रेंचांपेक्षाही मागासलेले आणि क्रूर होते. पुढे मात्र युद्धाबाबत त्यांची एकूणच मतं बदलत गेली.

आशियाच्या पूर्व टोकातून त्यांचा दक्षिण अमेरिकेतील अमेझॉनच्या खोऱ्यात रमलेल्या हेन्री वॉल्टर बेट्स यांच्याशी सतत पत्रव्यवहार चालूच होता. वॉलेस जरी दक्षिण अमेरिकेतून परतले, तरी बेट्सनी द. अमेरिकेचा पिच्छा सोडलेला नव्हता. अमेझॉनच्या उगमाच्या दिशेनं प्रवास करीत अकरा वर्षाहून थोडा अधिक काळ बेट्स संकलन आणि निसर्गनिरीक्षण करीत होते. वॉलेसशी त्यांचा पत्रद्वारे सतत संपर्क असे. या दोन भागांतील नैसर्गिक साम्य आणि फरक, भौगोलिक तुलना, अशा तऱ्हेच्या मजकुरानं ही पत्रं भरलेली असत. यांत बहुधा ब्राझीलमधल्या गोष्टींची स्तुती असायची. ब्राझीलमधल्या संत्र्यांच्या मानानं इथली संत्री किती भिकार असतात, केळी कशी बेचव असतात, द. अमेरिकेतील भिकारातली भिकार फळं इथल्या फळांपेक्षा किती रुचकर असतात, अशा तऱ्हेचा हा मजकूर असे. पण या सर्व काळात वॉलेस यांचं असं संकलन जोरात चालू होतं, तसेच त्यांचे विचारही चालू होते. निरनिराळ्या प्राणिजाती कशा निर्माण झाल्या असतील, या विचारांनी त्यांची पाठ सोडलेली नव्हती.

या काळात म्हणजे त्यांच्या सारावाक (बोनिओ) बेटावरील वास्तव्यातच त्यांनी हे विचार कागदावर उतरवले. ते बोनिओमध्ये १८५४च्या नोव्हेंबरपासून १८५६ च्या जानेवारीपर्यंत राहत होते. आत्तापर्यंत वाचलेले अनेक ग्रंथ आणि स्वतःची निरीक्षणं यांवर आधारित 'ऑन द लॉ व्हिच हॅज रेग्युलेटेड द इंट्रोडक्शन ऑफ न्यू स्पेसीज' हा शोधनिबंध त्यांनी लिहिला. 'नव्या जाती निर्माण होण्यामागचा नियम', या शोधनिबंधात आधीच्या जातीपासून नवी

जात कशी निर्माण होत असावी, याबद्दल ऊहापोह होता. हा शोधनिबंध 'द ॲनल्स ॲन्ड मॅगेझिन ऑफ नॅचरल हिस्टरी' या नियतकालिकाच्या १८५५ सालच्या सप्टेंबर महिन्यांच्या अंकात प्रसिद्ध झाला, तेव्हा त्यांच्याकडे फारसं कुणी लक्ष दिलं नव्हतं. काही शास्त्रज्ञांनी तर हा शोधनिबंध वाचून चक्क नाक मुरडलं होतं. वॅलेस हे आपल्या कल्पनेस फार वाव देतात आणि त्यांच्या तर्कांना पुष्टिदायक पुराव्याची जोड नसते, असे उद्गार काही दुढ्ढाचार्यांनी या शोधनिबंधाच्या बाबतीत काढले होते.

आपल्या शोधनिबंधावर अजिबात चर्चा झाली नाही, हे लक्षात आल्यावर वॅलेस बरेच नाराज झाले. त्यांनी चार्ल्स डार्विन यांना मग एक पत्र लिहून आपल्या भावना कळवल्या. सर चार्ल्स लायल आणि एडवर्ड ब्लाइथ या दोघांनीही हा लेख वाचून तो डार्विनना दाखवला होता, ही बाब डार्विननी वॅलेसना पाठवलेल्या पत्रात कळवली. हक्सलेंना वॅलेस अतिशय मानत असत. हक्सलेंनी या निबंधाचं वर्णन 'एक जबरदस्त विचार' असं केलं होतं, हे जेव्हा वॅलेसना कळलं, तेव्हा त्यांच्या आनंदाला पारावार उरला नव्हता. 'या जबरदस्त विचाराची वैज्ञानिक क्षेत्रानं जेवढी दखल घ्यायला हवी, तेवढी ती घेतली गेली नाही,' हे हक्सलेंचं या निबंधाबद्दलचं मत ऐकूनच या विषयावर आणखी लेखन करण्याची प्रेरणा वॅलेसना झाली.

यानंतर वॅलेसनी त्या भागातल्या अनेक बेटांना भेटी दिल्या. तिथल्या वनस्पती, कीटक आणि इतर जीवांच्या संकलनाबरोबरच त्या बेटांवरच्या रहिवाशांच्या चालीरीती आणि जीवनपद्धतीचाही ते अभ्यास करीत असत. त्यांच्या सूक्ष्म निरीक्षणामुळेच त्यांनी वेगवेगळ्या प्राण्यांच्या वावरण्यावरून त्यांच्या रहिवासाच्या सीमारेषा निश्चित केल्या व त्यावरून आशियाई आणि ऑस्ट्रेलियन प्राणिविभागांना विभागणारी रेषा निश्चित केली. ही रेषा भूगोलतज्ज्ञांनी 'वॅलेस रेषा' म्हणून स्वीकारली. या रेषेच्या पूर्वेस ऑस्ट्रेलिया खंडातील प्राण्यांचं वास्तव्य असल्याचं आढळतं. यात प्रामुख्याने शिशुधानी (मार्सुपियल) प्राणी आढळतात, तर पश्चिमेस माकडे आणि इतर सस्तन प्राणी आढळतात. याशिवाय या द्वीपसमूहावर मुसलमानांचे आक्रमण

होण्यापूर्वी इथे असलेल्या हिंदुसंस्कृतीचे अवशेषही त्यांना पाहायला मिळाले.

इतर अनेक विषयांत रस घेणाऱ्या वॅलेसचा सगळ्यांत आवडीचा विषय किंवा त्यांच्या आयुष्याची इतिकर्तव्यता ठरावी, असा जो 'प्राणिजातीच्या उत्पत्ती'चा विषय होता, त्यानं वॅलेस यांच्या मनाचा कायमचा ताबा घेतलेला होता, हे त्यांनी मित्र बेट्स याला लिहिलेल्या पत्रांवरून स्पष्ट होतं. या पत्रांमध्ये वॅलेसनी स्वत: डार्विनला लिहिलेल्या पत्रांचा उल्लेख करून डार्विनने वॅलेसना जी उत्तरं लिहिली, त्या संदर्भातही बरंच टिपण केलेलं आहे, डार्विननी माझ्या सर्व विचारांशी सहमती दर्शविली, असं वॅलेसनी बेट्सना लिहिलं होतं. तसंच 'प्राणिजाती आणि त्यांतील वैचित्र्य' या विषयावर डार्विन एक भला मोठा ग्रंथ लिहीत आहेत, त्यामुळे माझ्या डोक्यातील विचारांचा भुंगा संपेल,' असंही वॅलेसनी बेट्स यांना कळवलेलं होतं.

'डार्विननी हा ग्रंथ लिहिला म्हणजे माझ्या सिद्धान्ताबद्दल मलाच जास्त लिहावं लागणार नाही. त्यांच्या नव्या ग्रंथात त्यांनी प्राणिजाती निर्माण होणं आणि त्यांच्यात बदल घडून येणं या दोन्ही गोष्टी एकाच प्रकारे घडतात, हे सिद्ध केलं तरच असं घडेल, हे उघडच आहे. त्यांनी जर यापेक्षा वेगळा काही सिद्धान्त मांडला तर त्यातून नवीन विचारांना वाव मिळेल. काहीही घडलं तरी यातून एका नव्या विचारास चालना मिळेल, हे नक्की. तुझं नि माझं काम वनस्पती आणि प्राणिसंकलन, या सिद्धान्ताच्या दृष्टीने फार महत्त्वाचं ठरणार आहे; कारण त्यामुळे या सिद्धान्तासाठी पुरावे उपलब्ध होणार आहेत. तसंच हा सिद्धान्त पृथ्वीवर सर्वत्र सारखाच लागू पडतो हेही त्यामुळे दिसून येणार आहे. अनेक प्राणिजातींचे परस्परसंबंध, त्यांचं भौगोलिक वितरण यांचा आजमितीस जातिवार अभ्यास प्रथमच होत आहे. आमच्या या कामाच्या तोडीचं काम यापूर्वी कधीही झालेलं नाही.'' असं त्यांनी एका पत्रात म्हटलेलं होतं.

वॅलेस वर्षानुवर्षांच्या भ्रमंतीत सातत्याने प्राणिजाती कशा निर्माण झाल्या असाव्यात, याबद्दल विचार करित होते आणि हळूहळू त्याच्या मनात याबाबत काही पायाभूत सिद्धान्त तयार होऊ लागला होता. प्राणिजातींमध्ये घडणारे बदल हे हळूहळू वंशपरंपरेनं

घडत जातात, असं त्यांचं मत बनत चाललं होतं. एखाद्या प्राणिजातीचं अशा बदलाच्या साहाय्यानं झट्कन किंवा हळूहळू पण निश्चितपूणे दुसऱ्या प्राणिजातीत रूपांतर होतं आणि हे घडणारे बदल एकाच दिशेनं घडतात; ते उलटे फिरत नाहीत, अशा तऱ्हेचे विचार आता त्यांच्या मनात पक्के होऊ लागले होते. पण हे बदल नक्की कसे घडतात, यामागची प्रेरणा कोणती आणि या बदलांना कारणीभूत यंत्रणा कोणती, याबद्दल तोपर्यंत तरी त्यांच्या मनात ठामपणे काहीच उत्तर निश्चित झालेलं नव्हतं. विशेषत: एकसारख्या भासणाऱ्या आणि निश्चितपणे एकाच पूर्वजाचा वारसा सांगणाऱ्या विभिन्न जातींसमोर दिसत असताना त्यांच्यातील हळूहळू घडून आलेले बदल हे त्या त्या दिशेनं कसे पुढे पुढे गेले, हे सांगणं त्यांना अजून जमलेलं नव्हतं. एखाद्या विशिष्ट परिस्थितीशी जुळवून घेणाऱ्या जातींमध्ये ते आवश्यक गुणधर्म कसे उतरले असावेत आणि ते त्या परिस्थितीतल्या विभिन्न सजीवांत कसे आले असावेत, अशा तऱ्हेचे प्रश्न त्यांना नेहमीच सतावत असत. याशिवाय भूशास्त्रज्ञांनी पुराजीवांचा जो काही अभ्यास केला होता तो पाहता मूळ पूर्वज आणि ही नवी जात यांच्यामधल्या पायऱ्या नष्ट कशा झाल्या असाव्यांत याबद्दलही त्यांना स्पष्टीकरण मिळत नव्हतं.

वॉलेसनी आपलं चरित्र उत्तर आयुष्यात लिहिलं. असं असलं तरी तेव्हासुद्धा त्यांनी नैसर्गिक निवडीच्या सिद्धान्ताचं श्रेय डार्विननाच दिलं आहे. 'डार्विनना हे तत्त्व माझ्या आधी बरीच वर्ष सुचलं', असं ते म्हणतात. यामुळेच कदाचित त्यांनी आयुष्यभर डार्विन यांना वडिलकीचा मान दिला असावा. त्यांच्या कुठल्याही लिखाणात त्यांनी डार्विन यांचा अधिक्षेप होईल असं अक्षरही लिहिलं नाही.

उलट, जेव्हा जेव्हा डार्विन यांच्याबद्दल ते लिहीत किंवा त्यांच्या बोलण्यात डार्विन यांचा संदर्भ येत असे तेव्हा तेव्हा ते डार्विन यांचा अत्यंत आदराने उल्लेख करीत असत. आत्मचरित्रात जिथे वॉलेसनी त्यांना नैसर्गिक निवडीचं तत्त्व कसं सुचलं याबद्दल लिहिलं आहे, त्या भागाची सुरुवात त्यांनी पुढीलप्रमाणे केली आहे.

'डार्विन यांनी जी कल्पना किंवा जो सिद्धान्त वीस वर्षांपूर्वी मांडला होता आणि जो मला आता सुचत होता, त्यातून या सर्व

प्रश्नांची उत्तरं मिळतील आणि या बाबतच्या सर्व सैद्धान्तिक अडचणी दूर होतील, असं मला वाटत होतं. हा सिद्धान्त इतका स्वयंस्पष्ट आणि इतका कालातीत होता, की त्यामुळे वैज्ञानिक जगाने एका महत्त्वाच्या प्रश्नाचं पूर्ण उत्तर म्हणून त्याचा स्वीकार केला.'

वॉलेसना हे 'पूर्ण उत्तर' (टोटल सोल्युशन) १८५८ च्या फेब्रुवारीमध्ये सुचलं. या वेळी मलाया बेटावर टेनेंट इथं ते हिवतापानं आजारी पडलेले होते. झोप आणि विश्रांती एवढाच त्यांचा कार्यक्रम असे. ते दिवसाचा बहुतेक काळ खाटेवर पडून असत. अगदी आवश्यक तेव्हाच ते उठत असत. प्राणिजातीची उत्पत्ती कशी झाली असावी, याचा ध्यास मात्र त्यांना सुटत नव्हता. या आजारपणात, विशेषत: अंगात खूप ताप असताना हा विषय त्यांच्या डोक्यात सतत पिंगा घालीत असे. अशा विचारातच त्यांना, माल्थसच्या 'प्रिन्सिपल्स ऑफ पॉप्युलेशन' या त्यांनी पूर्वी वाचलेल्या ग्रंथाची आठवण झाली आणि माणसाप्रमाणे निसर्गातही हेच तत्त्व लागू असावं, अस त्यांना वाटलं. एकदा हा विचार डोक्यात आल्यावर तो त्यांनी घोळवला आणि नैसर्गिक प्रकियाही या सूत्रात बसू शकतात, हे त्यांच्या लक्षात आलं. केवळ प्राणिजातींनाच नव्हे, तर वनस्पतींनांही हे सूत्र लागू पडतंय, हेही त्यांनी बघितलं.

जर प्राण्यांच्या (आणि वनस्पतींच्याही) संख्येवर नैसर्गिक नियंत्रण नसेल तर पृथ्वीवर सजीवांची अंदाधुंद वाढ होईल, यामुळेच निसर्गात या बेबंद वाढीवर काही अंकुश ठेवलेला आहे, हे लक्षात आल्यावर त्यापुढचा प्रश्नही साहजिकच होता : या नियंत्रणासाठी ज्या जीवांची हत्या होते, ती कशी ठरवली जाते? अमुक एक जीव मरावा आणि अमुक एक जीव जगावा, हे कस ठरवलं जातं, या प्रश्नाचं त्यांना सुचलेलं उत्तर होतं– श्रेष्ठतर जीव जगतो (सर्व्हायव्हल ऑफ दि फिटेस्ट). रोगाच्या साथीतून सुदृढ जीव वाचतात, शत्रूपासून बलवान किंवा चपळ जीव बचावतात किंवा चतुर जीव जगतात. दुष्काळात अबल मरतात, तर दुष्काळाशी सामना करण्याचं सामर्थ्य ज्यांच्यामध्ये असतं, तेवढेच वाचतात.

एकदा हे चित्र स्पष्ट झाल्यावर त्यांच्या मनात त्यांच्या सिद्धान्ताची

रूपरेखा निश्चित झाली. त्यांच्या निसर्गाच्या अभ्यासातून सजीव बदलत्या परिस्थितीशी कशाप्रकारे जुळवून घेऊ शकतात, हे त्यांच्या लक्षात आलेलंच होतं. आणि जे अशा तऱ्हेनं जुळवून घेऊ शकणार नाहीत ते लयास जाणार, हे त्यांच्या सिद्धान्ताचं सूत्र होतं. नैसर्गिक निवडीचे हे तत्त्वच पुढे ताणून जे बदल उपकारक ठरतील, ते टिकतील व त्यांतून नव्या जाती निर्माण होतील, तर ज्या बदलांचा जगण्याच्या दृष्टीने उपयोग नसेल त्या जाती नष्ट होतील. आपण शोधून काढलेलं नव्या प्राणिजातींच्या निर्मितीबाबतचं हे स्पष्टीकरण योग्य आहे, याबद्दल वॅलेस यांची मनोमन खात्री पटलेली होती. यामुळेच ताप कमी होताच त्यांनी लेखणी हाती घेतली आणि आपले विचार शोधनिबंधाच्या स्वरूपात लिहून काढले, आणि लगेचच पोस्टाने डार्विन यांच्याकडे पाठवून दिले. या पत्रात वॅलेसनी 'ही एक नवी कल्पना आहे आणि ती तुम्ही वाचून त्याबद्दलचं मत कळवा,' तसंच 'सर चार्ल्स लायल यांनाही हा शोधनिबंध दाखवून त्यांचेही याबद्दलचे विचार मला सांगा,' असं लिहिलं होतं.

डार्विन जवळजवळ वीस वर्ष या कल्पनेवर विचार करीत होते आणि त्यांनी या कल्पनेचा विस्तार करून एक ग्रंथराज पूर्ण करत आणलाय हे जेव्हा वॅलेसना कळलं तेव्हा ते थक्क झाले. त्यातही डार्विननासुद्धा या सिद्धान्ताची कल्पना माल्थसचे लेखन वाचूनच सुचली, या योगायोगाचंही त्यांना आश्चर्य वाटलं. 'डार्विनबरोबर या सिद्धान्तावर आपलंही नाव लागावं ही नियती औरच' असंही त्यांनी लिहून ठेवलंय. इथे एक स्पष्ट करायला हवं, की वॅलेसच्या या पत्रामुळं डार्विननी आपला सिद्धान्त १८५८ मध्ये वॅलेसबरोबर जगापुढं आणला. नाहीतर उत्क्रांतीबाबतचं आपलं लिखाण हे आपल्या मृत्यूनंतर प्रसिद्ध करावं, असा त्यांचा मनोदय होता. वॅलेसनी 'डार्विन-वॅलेस' सिद्धान्ताचा उल्लेख कायम 'डार्विनिझम' असाच केला.

त्याचबरोबर दुसरी महत्त्वाची गोष्ट म्हणजे वॅलेसना वैज्ञानिक जगात जी मान्यता मिळाली, त्यांचं जगभर नाव झालं, त्याला कारण हा 'डार्विन-वॅलेस सिद्धान्त'च होता. वॅलेसनी जरी भरपूर लिखाण केलं असलं, निरनिराळ्या शास्त्रशाखांमध्ये आणि सामाजिक

शास्त्रांमध्ये त्यांनी लक्ष घालून त्यात नाव घेण्यासारखं संशोधन केलं असलं, तरीही या सिद्धान्ताशी त्यांचं नाव निगडित झाल्यामुळेच ते शास्त्रज्ञ म्हणून अमर झाले, हे त्यांनाही मान्य होतं.

तिकडे इंग्लंडमध्ये डार्विन-वॉलेस सिद्धान्ताचं रॉयल सोसायटीपुढे वाचन झालं. त्यावर चर्चा झडू लागल्या, तरी वॉलेस अतिपूर्वेत ईस्ट इंडीज आणि पापुआ न्यू गिनीत संकलनात रमले होते. 'बर्ड ऑफ पॅराडाइज' या नावानं ओळखल्या जाणाऱ्या पक्षिसमूहाच्या नवनवीन जाती पाहून त्याबद्दल नोंदी करणं व त्यांचे नमुने गोळा करणं हा त्यांचा उद्योग या काळात सुरू होता. या भागातलं विषुववृत्तीय अरण्य, दलदल, पाऊस, घाम यांमुळे वॉलेस निम्मा वेळ तापानं बिछान्यात पडूनच असायचे. तरीही आपलं सजीवसंकलन त्यांनी थांबवलं नव्हतं. याचं कारण त्यांनी भरपूर नमुने गोळा करायचे, ते इंग्लंड आणि युरोपातील प्राणिसंग्रहालयं व वनस्पती उद्यानं यांना विकायचे आणि त्यातून पुन्हा नोकरी किंवा उपजीविकेसाठी वणवण करावी लागणार नाही एवढा पैसा मिळवायचा, असा निश्चय केला होता. याचं कारण पोटासाठी कष्ट करताना संशोधनाकडे दुर्लक्ष होत असे आणि त्यांच्या डोक्यात तर अनेक संशोधनयोग्य बाबी येत असत. त्यांची ज्ञानलालसाही अद्वितीय होती. शिवाय इंग्लंडमध्ये परतल्यावर आपली निरीक्षणं आणि नमुने यांबद्दलचं लिखाण करायचाही त्यांचा इरादा होता.

आल्फ्रेड वॉलेस यांचा एक जुना मित्र होता, वयाने मोठा पण नात्याने मित्र. वॉलेस सहा वर्षांचे असताना या मित्राशी त्यांचा परिचय झाला. या मित्राचं नाव होतं जॉर्ज सिल्क. हर्फर्ड इथं त्यांची पहिली गाठ पडली होती. या जॉर्ज सिल्कना या काळात वॉलेसनी एक पत्र लिहिलं होतं. त्यात त्यांनी वरील विचार व्यक्त केले होते. या संकलनातून मिळालेले पैसे कसे सार्थकी लावायचे? तर कुठंतरी वस्तीबाहेर एखादं घर घ्यायचं. तिथं आपली पुस्तकं आणि निवडक नमुने आजूबाजूस मांडायचे. क्वचितप्रसंगी एखाद्या जवळच्या मित्राला इथं प्रवेश द्यायचा. नाहीतर एकट्यानेच इथं राहायचं. फक्त कुठं चांगलं व्याख्यान असेल तर बाहेर पडायचं किंवा एखाद्या शास्त्रसभेत आपलं संशोधन मांडायला म्हणून जायचं. बस! बाकीचा वेळ

लेखन, वाचन आणि मनन यांत घालवाववयाचा, हे त्यांचं स्वप्न होतं. ते सत्यसृष्टीत यावं म्हणून वॅलेस जगापासून दूर जंगलात राहून आपल्या तब्येतीकडं दुर्लक्ष करून वणवण करीत होते.

दरम्यानच्या काळात लिनियन सोसायटीच्या नियतकालिकामध्ये वॅलेसच्या कार्याची आणि प्रसिद्ध झालेल्या संशोधनाची स्तुती करणारी सर चार्ल्स लायेल आणि डॉ. हूकर यांची पत्रं प्रसिद्ध झाली होती. या दोघांशीही वॅलेसचा व्यक्तिगत परिचय नव्हता. हे दोघेही मान्यवर शास्त्रज्ञ होते; यामुळे ही पत्रं छापून आल्यावर वॅलेसना हुरूप आला आणि ते नव्या जोमाने आपल्या कामास लागले.

डार्विन यांचं 'द ओरिजिन ऑफ स्पेसीज' हे पुस्तक १८५९ साली प्रसिद्ध झालं, तेव्हा वॅलेस अजून मलायातच होते. या पुस्तकाबाबत वॅलेसनी म्हटलं, ''हे एकदा वाचून ठेवून द्यायचं पुस्तक नव्हे, तर हा ग्रंथराज पुन:पुन्हा वाचल्याशिवाय त्याचं महत्त्व लक्षात येऊ शकत नाही. मी स्वत: आत्तापर्यंत पाच-सहा वेळा तरी हा ग्रंथ वाचून काढलाय. आणि दरवेळी डार्विनबद्दलचा माझा आदर वाढीसच लागला आहे. न्यूटनच्या 'प्रिन्सिपिया'प्रमाणेच हा ग्रंथ मानवजातीच्या अखेरपर्यंत महत्त्वाचा मानला जाईल. यात निसर्गाच्या भव्यतेचं आणि कर्तुमकर्तुम शक्तीचं खरं स्वरूप आपल्या पुढे उलगडलं जातं. ज्यांनी खगोलशास्त्राचा किंवा भूशास्त्राचा अभ्यास केलाय, त्यांनाच आपण केवढ्या प्रचंड कालखंडाचा विचार करतोय आणि पृथ्वीवरचे सजीव तयार व्हायला किती प्रचंड कालावधी जावा लागला, याची कल्पना येईल. गुरुत्वाकर्षणाच्या नियमाचे अतिजटिल परिणाम आणि सूर्याच्या ग्रहमालेतील सर्व ग्रहांचे व आकाशस्थ वस्तूंचे परस्परपरिणाम हे आपल्याला खूप अवघड वाटतात, गुंतागुंतीचे वाटतात; पण पृथ्वीवरच्या सजीवांच्या पररसंबंधांपुढे, जीवनसंघर्षापुढे आणि त्यातून होणाऱ्या उत्क्रांतीपुढे ती गुंतागुंत फार सोपी वाटू लागते. सजीवांच्या या संघर्षात किती प्राणी कुठे अस्तित्वात येतात आणि त्यांचे परस्परसंबंध, तसेच संख्यात्मक प्रमाण किती हे ठरत असते, हे डार्विन यांचं म्हणणं उचितच आहे. डार्विन यांनी जगाला एका नव्या वैज्ञानिक तत्त्वज्ञानाची भेट दिली आहे. यामुळे आजमितीस

पृथ्वीवर होऊन गेलेल्या किंवा असलेल्या कुठल्याही तत्त्वज्ञापेक्षा डार्विन हे सर्वश्रेष्ठ तत्त्वज्ञ आहेत, असं माझं ठाम मत आहे.''

वॅलेसनी जॉर्ज सिल्क आणि बेट्स या दोघांनाही लिहिलेल्या पत्रांतून वॅलेसचा डार्विनबद्दलचा आदरभाव उघड होतो. या दोन्ही पत्रांत वॅलेसनी स्वत:च्या संशोधनाबद्दलचा उल्लेख टाळला आहे. या सिद्धान्ताबाबत डार्विन यांची सर्वच्या सर्व मतं वॅलेसना मान्य नव्हती. काही किरकोळ मुद्द्यांवर त्यांच्यात मतभेद होते. ते पुढे उघडकीसही आले. पण वॅलेस यांच्या मनात डार्विनबद्दल जो आदरभाव वसत होता, तो जराही कमी झालेला नव्हता. उलट, डार्विन यांनी त्यांचं संशोधन इतकं कसून केलं होतं, की त्यामुळे वॅलेसनी याबाबत काही करायचं शिल्लक राहिलं नाही, अशी वॅलेस यांची भावना होती.

प्राणिजाती अस्तित्वात कशा आल्या, याबद्दल डार्विननी संशोधन केलं होतं आणि त्यात दोष काढायला जागा नाही, असं वॅलेस यांचं म्हणणं होतं. पण त्याचबरोबर डार्विननी एका बाबीकडे पूर्ण दुर्लक्ष केलं होतं, असं वॅलेस यांना वाटत असे; किंबहुना वॅलेस यांनी आपलं लक्ष याच मुद्द्यावर जास्त एकवटलं असल्यामुळे डार्विन यांचं या बाबीकडे दुर्लक्ष झालं, असं वॅलेसना वाटत असावं. हा मुद्दा म्हणजे सजीवांचे काल आणि अवकाश यांच्याशी असलेले संबंध. इथं पुन्हा एक गोष्ट लक्षात ठेवायला हवी की, त्या काळी पृथ्वीच्या वयाबद्दल निश्चिती नव्हती. भूशास्त्र अजून बाल्यावस्थेत होतं. डार्विननी पृथ्वीस आदिअंत नाही असं मानलं असलं, तरी इतर बरेच शास्त्रज्ञ पृथ्वीचं वय काही कोटी, फार फारतर दहा कोटी वर्षं एवढे असू शकेल, असं क्वचित मान्यही करायचे, पण त्यातही ठामपणा नसे. अशा परिस्थितीत सजीवांचं भौगोलिक आणि भूशास्त्रीय स्थान निश्चित करायचा वसा घेऊन वॅलेस ईस्ट इंडीज द्वीपसमूहात ठाण मांडून बसले होते. या भागास म्हणजे आत्ताचा मलेशिया, इंडोनेशिया, पापुआ, न्यूगिनी आदी ऑस्ट्रेलियापर्यंतचा भाग, या भागास त्या काळात इंडो-ऑस्ट्रेलियन आर्किपिलागो असं म्हणायचे. आता याला इंडोनेशियन द्वीपचाप असं म्हणतात.

वॉलेसनी हा भूभाग मग प्राणिसृष्टीच्या अभ्यासातून पिंजून काढला. त्यांनी या भागातल्या जवळजवळ प्रत्येक बेटास भेट दिली. तिथले नमुने गोळा केले. आणि या अभ्यासातून प्राणिसृष्टीला विभागणारी अशी एक अदृश्य सीमा त्यांना नकाशावर मांडता आली. एका चिंचोळ्या सामुद्रधुनीमुळं प्राणिजातीत, विशेषत: शिशुधानी व सस्तन प्राण्यांचे प्रांत वेगवेगळे झाले आहेत, हे त्यांनी सिद्ध केलं. बोनिओ आणि बाली बेटं सेलेबीज आणि लांबोक बेटांपासून वेगळी होतात तीच ही सामुद्रधुनी. अतिपूर्वेकडील वॉलेस यांच्या वास्तव्याला आता आठ वर्षे होत आली. या भागातल्या आपल्या वास्तव्यात आपण बरंच काही साध्य केलं, असं वॉलेसन वाटू लागलं होतं. फुलपाखरं, भुंगे, इतर कीटक, पक्षी आणि अनेक चित्रविचित्र प्राणी व वनस्पतींचे संग्राह्य नमुने त्यांच्या जवळ जमा झालेले होते. इंग्लंडमध्ये गेल्यावर त्यांना शास्त्रीय नावं देणं, त्यांचा सखोल अभ्यास करणं हा एक उद्योग आता बाकी होता. शास्त्रीय जगतात आणि भूगोलात त्यांचं नाव अमर झालं होतं. विशेषत: जीवशास्त्रातला त्यांचा सिद्धान्त डार्विनबरोबर मांडला गेला होता आणि हेच त्यांच्या जिवाला मिळणारं खरं समाधान होतं.

डार्विन वॉलेस आणि सर चार्ल्स लायेल

इ.स. १८६२मध्ये वयाच्या ३९व्या वर्षी वॉलेस लंडनला परतले. अतिपूर्वेचं वास्तव्य त्यांना वैज्ञानिक क्षेत्रात लाभदायक ठरलं असलं, तरी प्रकृतीच्या दृष्टीनं ते अतिशय बिकट ठरलं होतं. एकतर सततच्या प्रवासाचे शरीरकष्ट, हिवतापानं बेजार केलेलं, अशा अवस्थेत योग्य अन्न मिळणं आणि ते पचणं हेही अवघडच. यामुळं वॉलेस इंग्लंडला परतले, तेव्हा त्यांची प्रकृती फारच खराब झालेली होती. सुरुवातीला त्यांना बराच काळ विश्रांती घेणं भाग पडलं. या काळात ते आपल्या बहिणीकडे राहत होते. इथंच त्यांचे वेळोवेळी पाठवलेले फुलपाखरांचे आणि इतरही संग्रह होते. हजारो पशुपक्षी, कीटक आणि वनस्पतींच्या नमुन्याचं वर्गीकरण त्यांना करायचं होतं. अंथरुणात पडल्या पडल्या जसं जमेल तसं वॉलेस हे काम करीत होते.

प्रवृतीला जरासा आराम मिळताच ते प्राणिशास्त्रीय, कीटकशास्त्रीय आणि लिनियन संस्थेच्या सभांना उपस्थित राहू लागले. इथे त्यांना बरेच जुने मित्र नियमित भेटू लागले, तर नवनव्या ओळखीही वाढू लागल्या. ब्रिटिश म्यूझिअममध्ये जाऊन तिथल्या तज्ज्ञांशी चर्चा झडू लागल्या. याशिवाय शोधनिबंधांच्या तयारीतही त्यांचा बराच वेळ जाऊ लागला. त्यांनी प्राणिशास्त्र संस्थेत 'स्वर्गीय पक्षी' म्हणजे 'बर्ड ऑफ पॅराडाइज'च्या शोधात केलेल्या भटकंतीबाबत दिलेल्या भाषणास बरीच गर्दी होती. कारण या संस्थेच्या प्राणिसंग्रहालयास त्यांनी दोन जिवंत स्वर्गीय

पक्षी भेट दिले होते आणि ते पक्षी लोकांच्या आकर्षणाचा विषय बनले होते.

यानंतर बरीच वर्ष वॉलेस आपल्या शास्त्रीय अभ्यासात गढून गेलेले होते, पण तरीही यातून वेळात वेळ काढून ते आपला प्रवासवृत्तान्त लिहिण्यात कसूर करत नव्हते. अनेक शास्त्रीय विद्वत्सभांसाठी शोधनिबंध तयार करण्याचं त्यांचं काम अव्याहत सुरू असे. नैसर्गिक निवडीच्या तत्त्वास पूरक असा पुरावा सतत शास्त्रज्ञांपुढे मांडण्याची त्यांची धडपड सुरूच होती. त्याचबरोबर आपल्या अतिपूर्वेकडील वास्तव्याबद्दलही त्यांचं लेखन चालू होतं. इ.स. १८६७-६८ मध्ये 'मलाय आर्किपिलॅगो' हा त्यांचा ग्रंथ प्रसिद्ध झाला, गाजला.

हे सगळे चालू असतानाच सर चार्ल्स लायेल आणि डार्विन यांच्याशीही वॉलेस संपर्क साधून असत. याशिवाय इतर शास्त्रप्रेमी मंडळींशी त्यांची वैचारिक देवाणघेवाण चालू होतीच. याशिवाय वॉलेस 'क्वार्टर्ली रिव्ह्यू'साठी नेमानं शोधनिबंध लिहीत आणि या नियतकालिकात आलेल्या इतर विद्वानांच्या संशोधनाबद्दलही इतरांशी चर्चा करण्यात त्यांना रस असे. 'क्वार्टर्ली रिव्ह्यू'मध्ये आलेल्या त्यांच्या लेखांचंच पुढे 'आयलँड लाइफ' नावाचं पुस्तकही तयार झालं. या लेखांतूनच त्यांचे आणि डार्विनचे ज्या मुद्द्यांवर पटत नसे, ते मुद्दे हळूहळू जगासमोर आले. 'अ थिअरी ऑफ बर्ड्स नेस्ट्स' आणि 'लिमिट्स ऑफ नॅचरल सिलेक्शन ॲप्लाइड टु मॅन' या त्यांच्या दोन लेखांचा उद्देश तर डार्विन यांचे काही मुद्दे खोडून काढणे हाच होता.

काही पक्षी आपली घरटी कुणाच्याही लक्षात येणार नाहीत, अशा ठिकाणी बांधतात. अशी घरटी बांधणारे पक्षी आणि या पक्ष्यांमधील माद्यांचे भरजरी रंग यांचा विचार केला, तर डार्विन यांच्या नरपक्ष्यांचे सुंदर व दिखाऊ रंग आणि माद्यांची निवड यांचा परस्परसंबंध सांगणाऱ्या सिद्धान्तास धक्का पोहोचतो, असा निष्कर्ष त्यांच्या 'पक्ष्यांच्या घरट्यांबद्दलचा सिद्धान्त' या लेखात काढण्यात आला होता.

तर नैसर्गिक निवडीच्या सिद्धान्ताची मानवाबाबतीतीलच्या

मर्यादा दाखवताना त्यांनी 'मानवामधील काही शारीरिक बदल आणि काही मानसिक गुण यांची मानवास काहीही गरज नाही, किंबहुना यामुळे मानवाचा तोटाच होतो', असं म्हटलं होतं. याशिवाय अनेक आदिम जमातींत राहिल्यानंतर या गुणांचा नैसर्गिक वातावरणातील उपयोग शून्य आहे, असा निष्कर्ष वॉलेसनी काढला होता. वॉलेस यांना नैसर्गिक निवडीचं तत्त्व मान्य असलं, तरी त्यावर अनेक मर्यादा आहेत असं वाटत होतं. या मर्यादा आपणच जगासमोर आणायला हव्यात, असं त्यांचं ठाम मत होतं, तर नैसर्गिक निवडीच्या तत्त्वानुसारच जगाचे व्यवहार चालतात, असं डार्विन यांचं मत होतं. अशा तऱ्हेनं नैसर्गिक निवडीच्या आधारे उत्क्रांती विशद करून सांगणाऱ्या या दोन थोर शास्त्रज्ञांमध्ये जरी कागदोपत्री मतभेद असले, तरी त्यांचे वैचारिक संबंध मात्र अत्यंत जिव्हाळ्याचे होते.

एखाद्या विषयाची उकल करून सांगण्याची वॉलेस यांची हातोटी डार्विनना फार आवडत असे. वॉलेस एखाद्या वैज्ञानिक प्रश्नावर सखोल विचार करून त्या प्रश्नाच्या गाभ्यालाच हात घालत. यामुळे डार्विन वॉलेसचा बऱ्याच बाबतीत सल्ला घेत असत; विशेषत: ज्या गोष्टी डार्विनना प्रथमदर्शनी अनाकलनीय किंवा गोंधळात पाडणाऱ्या वाटत असत, त्या बाबतीत तर ते वॉलेसचा सल्ला घेऊन मगच पुढे पाऊल टाकत असत. या काळात वॉलेस भूशास्त्राचा अभ्यास करण्यात गढून गेलेले होते. कारण भूशास्त्राचा अभ्यास केल्यास उत्क्रांतीचं कोडं उलगडण्यास मदतच होईल, असा त्यांचा विश्वास होता. भूशास्त्रीय अभ्यासाच्या सुरुवातीसच 'हिमनद्या आणि हिमयुगे' या विषयांकडे त्यांचं लक्ष वेधलं गेलं. जानेवारी १८६७ मधे 'क्वार्टर्ली जर्नल ऑफ सायन्स' या नियतकालिकात त्यांचा 'आइस मार्क्स इन नॉर्थ वेल्स'(वेल्सच्या उत्तर भागातील हिमाच्या खुणा) हा शोधनिबंध छापून आला. मॅकिंटॉश नावाच्या एका शास्त्रज्ञाने 'जर्नल ऑफ द जिऑलॉजिकल सोसायटी' या भूशास्त्रविषयक नियकलिकामध्ये या भूभागाबद्दल काही निष्कर्ष मांडले होते. विशेषत: वॅल्सच्या उत्तर भागातल्या रुंद नि पसरट दऱ्या आणि दगडगोटे पसरलेली, तळी असलेली मैदानं ही सागरी

प्रक्रियेनं निर्माण झाली असावीत, असं मॅकिंटॉश यांनी या नियतकालिकात प्रसिद्ध झालेल्या त्यांच्या लेखात म्हटलेलं होतं. मॅकिंटॉश यांचे निष्कर्ष प्रत्येक मुद्द्यांचा सविस्तर समाचार घेत वॉलेस यांनी खोडून काढले होते आणि हिमनद्यांमुळे या पसरट दऱ्याखोऱ्यांची निर्मिती कशी झाली असेल आणि इथल्या सपाट प्रदेशात विदेशज- म्हणजे   ज्यांचा आजूबाजूच्या भूप्रदेशाशी काहीही संबंध जोडता येत नाही असे—खडकांचे टोळे या हिमनद्यांनी कसे वाहून आणले असतील, याचं विस्तृत स्पष्टीकरणही वॉलेस यांनी दिलं होतं. त्याचबरोबर या प्रदेशात जिथे तळी निर्माण झाली, ती हिमनद्यांच्या तळ खरवडणाऱ्या कृतीमुळे निर्माण न होता हिमनद्यांच्या असंतुलित दाबामुळे खळगे होऊन झाली असावीत, असा सिद्धान्तही वॉलेस यांनी मांडला होता.

या काळात डार्विनप्रमाणेच वॉलेस यांचे सर चार्ल्स लायेल यांच्याशीही अतिशय मित्रत्वाचे संबंध होते. वॉलेसना लायेल यांच्याशी असलेली आपली मैत्री फार महत्त्वाची वाटत असे. या दोघांचा बराच पत्रव्यवहार चालत असे, आणि लायेल यांनाही वॉलेस यांचा सल्ला मोलाचा वाटत असे. याचं एक उदाहरण म्हणजे इ.स. १८६४ मध्ये ब्रिटिश शाही विज्ञान मेळाव्याच्या अध्यक्षपदावरून द्यावयाच्या भाषणाचा मसुदा तयार करताना सर चार्ल्स लायेल यांनी वॉलेस यांचा मलाया व ईस्ट इंडीज इथला निसर्ग, प्राणिसृष्टी आणि मानववंश यांबाबत सल्ला घेतला होता. याचा अर्थ सर्वच बाबतीत लायेल आणि वॉलेस यांच्यामध्ये एकवाक्यता होती, असं मात्र मुळीच नाही. जसे वॉलेस आणि डार्विन यांचे तत्त्वात नसले तरी तपशिलाबद्दल मतभेद होते, त्याचप्रमाणे लायेल आणि वॉलेस यांच्यातही काही बाबतीत मतभेद होतेच. सर चार्ल्स लायेल यांना ब्रिटिश भूशास्त्राचे पितामह असं म्हणण्यात येतं. यामुळे भूशास्त्रीय तपशिलाबाबत लायेल यांना वॉलेस यांची सर्वच मतं मान्य होत नसत. ते बरोबरच होतं; याचं कारण वॉलेस हे स्वतःच अभ्यास करून भूशास्त्र शिकलेले होते. त्यांनी भूशास्त्राचे औपचारिक शिक्षण घेतलेलं नसल्यामुळे काही वेळा त्यांची मतं लायेल सहजपणे खोडून काढू शकत असत. वॉलेस यांच्या दृष्टीने हाही एक शिक्षणाचाच

भाग होता. त्यांच्या वादाचा आणखी एक मुद्दा म्हणजे पृथ्वीवर माणूस केव्हा जन्मास आला असावा. भूशास्त्रज्ञांची त्या काळातील पृथ्वीच्या वयाबद्दलची मतं, खडकांचे वय काढण्याच्या पद्धती वगैरे गोष्टी प्राथमिक अवस्थेत असल्यामुळे त्या काळात या मुद्द्याबाबत सर्वांचेच मतभेद असत. त्यामुळे या दोघांच्या मतभेदांबद्दल आश्चर्य मानायचं काहीच कारण नाही. असं असलं तरी लायेलना वॉलेसच्या सूक्ष्म निरीक्षणशक्तीबद्दल तसेच एखाद्या निरीक्षणाचा तर्कशुद्ध विचार करून मत बनविण्याच्या त्यांच्या बौद्धिक सामर्थ्याबद्दल पूर्ण आदर होता. विशेषत: मलायन द्वीपचापाच्या भूभागातील डुकरांचा प्रसार, ऑस्ट्रेलियामधील सस्तन प्राण्यांचा अभाव आणि मानवी समूहाचं पृथ्वीवरील प्रसारण आणि या मानवी समूहांच्या रंगाबद्दलचे वॉलेसचे विचार लायल यांना महत्त्वाचे वाटत असत.

वॉलेस यांच्या मते काही वेळा फार मोठ्या भूभागावर पसरलेल्या मानवी समूहांच्या कातडीचा रंग एकसारखा दिसतो तर इतर ठिकाणी थोड्या भौगोलिक अंतरातच तो वेगवेगळ्या प्रकारचा का दिसतो याचं स्पष्टीकरण देणं अवघड होतं खरं; पण मानवी कातडीचा रंग बदलायचं एकच कारण संभवत होतं, ते कारण म्हणजे जगण्याच्या दृष्टीनं त्या भूभागात शरीरात जे काही थोडेफार बदल आवश्यक असतात त्यांचा दृश्य परिणाम म्हणजे त्या भूभागातील व्यक्तींच्या कातडीचा रंग. पृथ्वीवर पसरलेल्या मानवजातीचा अभ्यास केला, तर तपकिरी रंगाच्या छटांमध्ये मानवी कातडी जास्त प्रमाणात दिसते. याचं एक टोक म्हणजे काळा रंग, तर दुसरं टोक म्हणजे गोरा रंग. ही रंगाबाबतची मानवी वंशांची विभागणी बहुधा त्या त्या परिस्थितीत जगण्यासाठी जी बौद्धिक आणि शारीरिक धडपड करावी लागते, त्यातून उत्पन्न झालेली असावी. अमेरिकन इंडियनांचा आणि मलाया ते ऑस्ट्रेलियापर्यंतच्या आदिम जमातींचा अभ्यास केल्यावर तांबडा तपकिरी रंग हाच मूळ मानवाचा रंग असावा, असं वॉलेस यांचं मत बनलेलं होतं.

या काळात लायेल आणि डार्विन हे वॉलेस यांच्या सतत संपर्कात असत. याचं एक महत्त्वाचं कारण म्हणजे त्यांना वॉलेस यांची मतं पटोत किंवा न पटोत, ती महत्त्वाची आणि विचार

करण्याजोगी वाटत होतीच; पण आपली मतं जगापुढं मांडण्यापूर्वी ती ऐकून वॅलेसनी त्यावर टीकाटिप्पणी केल्यामुळे जगापुढं जाण्यापूर्वी ती मतं घासूनपुसून त्यांच्यावरील कंगोरे दूर करायला हे खासगीतले वाद उपयोगी पडत.

जी. एच. लेवेस यांनी डार्विनवर केलेल्या टीकेचं जाहीर खंडन करण्याची लायेल यांची विनंती डार्विन यांनी मान्य केली होती. 'हिमयुगांचे पृथ्वीवरील जीवनावर होणारे परिणाम' याविषयीचा शोधनिबंध डार्विननी प्रसिद्ध करण्यापूर्वी लायेलनी तो वॅलेसकडे तपासण्यासाठी पाठवला होता. प्रत्येक वेळी वॅलेस, डार्विन किंवा लायेल यांच्यामधे सहमती होत असे, असं नाही; पण वॅलेस यांची टीका नेहमीच साधार असे. त्याचा अखेरचा मसुदा तयार करताना या दोन्ही संशोधकांना फायदा होत असे. विशेषत: वॅलेस यांचं अफाट आणि विविध विषयांचं वाचन हे संदर्भांच्या दृष्टीनं नेहमीच उपयुक्त ठरत असे.

डार्विन यांच्या 'ॲनिमल्स ॲन्ड प्लॅन्ट्स अंडर डोमेस्टिकेशन' या ग्रंथाच्या बाबतीत मात्र वॅलेस यांची विकेट गेली, असं म्हणावं लागेल. या ग्रंथात डार्विन यांनी एक वेगळा आणि नवा सिद्धान्त मांडलेला होता. त्यांच्या मते प्रत्येक सजीवाच्या शरीरातून अनेक गुणवाहक कण हे वाहत वाहत जननेंद्रियांपर्यंत पोहोचतात आणि त्यामुळे एखादा नव्याने मिळवलेला गुणधर्म पुढील पिढीकडे वारसाहक्काने जातो. या आपल्या सिद्धान्ताला डार्विननी 'पँजेनेसिस' असं नाव दिलं होतं.

सुरुवातीस वॅलेस या सिद्धान्ताच्या प्रचंड प्रेमात पडले. त्यांच्या मते डार्विननी या सिद्धान्ताच्या साहाय्यानं सृष्टीचं एक अनाकलनीय कोडं उलगडून दाखवलं होतं. 'हा अतिशय सोप्या भाषेत मांडलेला सिद्धान्त जीवनाचं रहस्य उलगडून दाखविण्याच्या कामी अतिशय यशस्वी ठरतो आणि माझ्या मते तो एक पूर्ण सिद्धान्त आहे,' असं वॅलेसनी या सिद्धान्ताबद्दल आपलं मत नोंदवलं.

'हा सिद्धान्त जोपर्यंत पूर्णपणे खोडून काढला जात नाही, तोपर्यंत मी या सिद्धान्ताबाबत माझं हे मत बदलणार नाही, आणि हा सिद्धान्त खोडून काढणं ही एक अशक्यप्राय गोष्ट आहे. तसंच

या सिद्धान्ताला यापेक्षा चांगला पर्यायी सिद्धान्त मिळणं हेही कठीण आहे,' असंही वॅलेस म्हणत असत.

या सिद्धान्ताबद्दलचा वॅलेस यांचा हा उत्साह अल्पायुषी ठरला. गाल्टनच्या प्रयोगांमुळे वॅलेस यांचे डोळे काही प्रमाणात उघडले, तर वाइझमानच्या जर्मप्लाझम सिद्धान्तामुळे तर डार्विनच्या सिद्धान्ताचा फोलपणाही वॅलेस यांच्या लक्षात आला. याचं कारण या शास्त्रज्ञांनी जे संशोधन केलं, त्यामुळे अनुवंशशास्त्राचा पाया घातला गेला. इतर पेशींपेक्षा प्रजननपेशी या खूप आधी म्हणजे गर्भावस्थेपासूनच वेगळ्या होऊ लागतात; त्यामुळे त्यांच्यावर परिस्थिती आणि शरीरबाह्य घटनांचा परिणाम होत नाही, असं या शास्त्रज्ञांचं संशोधन सांगत होतं.

या काळातच डार्विन आणि वॅलेस याच्या विचारांमध्ये जाणवण्याइतका फरक पडत गेला. याच काळात वॅलेसनी 'मानवी संदर्भात नैसर्गिक निवड तत्त्वाच्या मर्यादा' हा निबंध प्रसिद्ध केला. (लिमिट्स ऑफ नॅचरल सिलेक्शन अप्लाइड टु मॅन) हे डार्विनविरोधी कृत्य नाही असं वॅलेस म्हणत असले, तरी डार्विननी आपला नैसर्गिक निवडीचा सिद्धान्त मांडला तेव्हा त्यात मानवाचा अपवाद केलेला नव्हता, हे इथं लक्षात ठेवायला हवं. हा निबंध स्वत: वॅलेसनी नक्कीच लिहिलेला नाही असं स्वत: डार्विनचं मत होतं. यावरूनच वॅलेसनी या निबंधात डार्विनविरोधी मताचं किती टोक गाठलं होतं, हे लक्षात येऊ शकेल. असं असलं तरी वॅलेस आपल्या मताबद्दल ठाम भूमिका घेऊन उभे होते. त्यांनी या निबंधाच्या निष्कर्षामध्ये आपल्या निबंधाचं जे सार काढलं होतं, ते पाहता मानव हा डार्विन-वॅलेस उत्क्रांतिवादाचा अपवाद आहे, असं वॅलेस यांचं मत असल्याचं स्पष्ट होतं.

'जर मानवी मेंदू निर्माण होण्यासाठी नैसर्गिक निवड तत्त्वाच्या पलीकडच्या काही गोष्टी कारणीभूत ठरल्या,' हे आपण एकदा मान्य केलं, तर मग मानवाच्या इतर गुणांबाबतही नैसर्गिक निवडीच्या तत्त्वावर अवलंबून राहण्याचं कारण उरत नाही. केवळ योगायोग असं म्हणून मानवी बौद्धिक प्रगतीकडे बोट दाखवलं, तर मग नुसत्या योगायोगाच्या साहाय्याने इतक्या वेगवेगळ्या प्रकारची

प्रगती एकवटून यामुळे मेंदू निर्माण व्हावा, ही एक सर्वथैव अशक्य कोटीतील घटना आहे; मग अशीच घटना इतर प्राण्यांच्या बाबतही घडायला काहीच हरकत नव्हती.

दोन पायांवर ताठ उभे राहणे, फक्त मागच्या पायांचा उपयोग करून चालणे, इतर बोटांशी काटकोन करून घट्ट पकड घेऊ शकणारा अंगठा. केशविरहित त्वचा, जोडीने एका अक्षाभोवती असणारे अवयव, स्वरयंत्र, आणि बौद्धिक बाबींमध्ये आकडेमोड मूर्तविचार, सममिती (सिमेट्री) न्याय, शून्य व अनंतासारख्या संकल्पना, भविष्याचा विचार या व अशा अनेक बाबींची मानवाजवळ साठवण आहे. या गोष्टी फक्त मानवातच का याव्यात, याला योगायोग हे उत्तर होऊ शकत नाही, असं स्पष्ट मत वॉलेसनी व्यक्त केलेलं होतं.

वॉलेसनी जरी नैसर्गिक निवडीचं तत्त्व अंगीकारलं होतं, तरीही मानवी मेंदू आणि मन यांच्या निर्मितीसाठी नैसर्गिक निवडीपलीकडची एखादी शक्ती कार्यरत असावी, असं त्यांना निश्चितपणे वाटत होतं, आणि याचमुळे पुढं ते अतिमानवी शक्तीच्या अस्तित्वाच्या पुराव्याचा शोध घेऊ लागले असावेत, असा तर्क करायला वाव आहे. मानवाची निर्मिती ''नैसर्गिक निवडी''पेक्षा वेगळ्या प्रक्रियेनं झाली असावी, याबद्दल त्यांनी याच निबंधात एक उदाहरणही दिलं होतं. ते असं –

''काही वर्षांपूर्वी लंडनमध्ये एक बुशमन मुलगा आणि मुलगी आणण्यात आले. होते. (बुशमन -कलहारी वाळवंटातील एक आदिवासी जमात.) ही मुलगी पियानो उत्तम प्रकारे वाजवत असे. मुलगा, याला सगळे 'ब्लाइंड टॉम' म्हणायचे, आंधळा होता. तो अर्धवटच काय, जवळजवळ वेडाच होता; पण संगीताच्या बाबतीत मात्र तो अतिशय प्रगल्भ होता. आज हयात असणाऱ्या कुठल्याही संगीतकारापेक्षा तो उत्कृष्ट संगीतकार होता, हे नैसर्गिक निवडीच्या तत्त्वात कसं बसतं? या कलेचा त्याला जीवनलढ्यात काय उपयोग? या गुणाचा जसा त्याला उपयोग नाही, तसाच त्याच्या जमातीलाही उपयोग नाही; अशा परिस्थितीत डार्विन या गुणाच्या निर्मितीसाठी नैसर्गिक निवडीचं आणि 'बलिष्ठ तो जगेल' या तत्त्वाचा वापर

करून स्पष्टीकरण देऊ शकतील, असं मला वाटत नाही, यामुळेच नैसर्गिक निवडीच्या तत्त्वापलीकडील कोणतीतरी शक्ती या बाबतीत कार्यरत असावी, असं मला वाटतं आणि यामुळेच मानवी शरीर किंवा मन हे नैसर्गिक निवडीतून निर्माण झालं असं म्हणणाऱ्यांना पूर्ण सत्य उमगलेलं नाही, असं मी म्हणू इच्छितो.''

इ.स. १८७२मध्ये वॉलेसनी सर चार्ल्स लायेलना त्यांच्या 'अँटिक्विटी ऑफ मॅन' (मानवाचं पुराणपण) या पुस्तकाच्या निर्मितीत मदत केली. या काळात त्यांना लायेलनी मानवाच्या सामाजिकतेविषयी अनेक सूचना केल्या, पण वॉलेसनी तिकडे म्हणावं तितकं लक्ष दिलं नाही. काही सूचनांकडे तर चक्क दुर्लक्षच केलं.

विचारस्वातंत्र्याशिवाय बौद्धिक प्रगती होऊ शकत नाही, असं चार्ल्स लायेल यांचं मत होतं. वॉलेस यांनी हीच कल्पना इतर अनेक ठिकाणी वापरली. लहानपणापासून वॉलेस यांच्यावर धार्मिक संस्कार झाले नव्हतेच. सनातनी ख्रिश्चन मतांविरुद्ध ते नेहमीच चिडून बोलत असत. या विचारांचा पगडा असलेल्या समाजात खऱ्या अर्थानं विचारस्वातंत्र्य अस्तित्वात येऊच शकत नाही, असं वॉलेस यांचं मत होतं. ते म्हणत –

''युरोपात ख्रिश्चन धर्माचा प्रसार झाल्यापासून युरोपमधलं शिक्षण हे पारंपरिक सनातनी ख्रिश्चन विचारसरणीनुसार दिलं गेलं. या विचारसरणीस विरोध करणं कुणालाही शक्य झालेलं नाही. अजूनही तत्त्वज्ञान आणि विज्ञान हे पोथीनिष्ठ धर्मगुरूंची वक्रदृष्टी वळणार नाही, अशा तऱ्हेनं आणि या दडपणाखालीच शिकवलं जात आहे. यामुळे जगातल्या सर्व प्रगत देशांमधल्या विचारवंतांचा बराच वेळ आणि बरीच बुद्धी या पोथीनिष्ठ विचारांशी आधुनिक विचारांचा ताळमेळ बसवण्यातच जाते; आणि कुठलाही प्रगत विचार या पोथीनिष्ठांच्या विरोधाचा अडथळा ओलांडल्याशिवाय पुढे जाऊ शकत नाही.

वॉलेस हे पूर्णपणे नास्तिक होते. शिक्षणपद्धतीवर कुठल्याही पारंपरिक पोथीनिष्ठ आणि धर्माशी सांगड घातलेल्या विचारांचे वर्चस्व असू नये, ती पूर्णपणे स्वतंत्र असावी, असं वॉलेस यांचं म्हणणं होतं. धार्मिक पोथीनिष्ठा हा मानवजातीस लागलेला कलंक

असून मानवजातीच्या भविष्याविरुद्ध करण्यात येत असलेला घोर अपराध आहे, असं वॅलेसना वाटत होतं. जेव्हा एखादं शासन आपण प्रगत आणि स्वतंत्र नागरिकांचे प्रतिनिधी आहो असा दावा करतं, तेव्हा पूर्णपणे स्वतंत्र शिक्षण देणं हे त्या शासनाचं कर्तव्य ठरतं. अतिप्रगत विचार सामान्यांपर्यंत पोचवायला लावणं, हे अशा शासनाने नेमलेल्या शिक्षकांचं आद्य कर्तव्य असल्यामुळे जर कुठल्याही धर्माचं किंवा पंथाचं प्राबल्य असलेलं शिक्षण हे शिक्षक विद्यार्थ्यांना देऊ लागले, तर त्या शिक्षकांना शासनाने गुन्हेगार ठरवून शिक्षा करावी, असे वॅलेस यांना वाटत असे.

वॅलेस यांनी आपले हे विचार लायेलना सुनावले. लायेलनी त्यांची दखल घेतली नाही आणि 'अँटिक्विटी' मध्ये ते मांडले नाहीत, हे लक्षात आल्यावर वॅलेस यांना हे विचार 'मॅकमिलन्स मॅगेझीन' या नियतकालिकातून जनतेसमोर आणले. यात त्यांनी चर्च ऑफ इंग्लंडमार्फत इंग्लिश जनतेला असे धर्मातीत शिक्षण मिळावे, असंही म्हटलं होतं.

वॅलेस हे असे एकांडे शिलेदार होते, वृत्तीनं झुंजार होते आणि कळकळीचे समाजसुधारक होते. याउलट डार्विन यांची वृत्ती होती. आपण बरे आपलं संशोधन बरं, अशा वृत्तीनं समाजापासून दूर आणि एकलकोंडेपणानं राहत ते जगले. त्यांना जणू समाजाशी काही देणंघेणंच नव्हतं. पुढेपुढे डार्विनप्रणीत उत्क्रांतिवादाबद्दल वाद वाढले आणि त्यांच्या सिद्धान्तावर टीका होऊ लागली, तेव्हा हक्सले यांनी या टीकेचा प्रतिवाद केला. डार्विननी मात्र स्वत:ला कोंडून घेतलं. त्याउलट वॅलेस सतत प्रचलित विचारसरणीशी झुंजत, घाव सोसत, वाद घालत जगले. एकदा एखाद्या विचारानं त्यांना पछाडलं, की मग वॅलेस हात धुऊन त्या विचाराचा पाठपुरावा करीत आणि शासकीय अधिकारी व समाज यांच्या गळी तो विचार उतरवण्याचा पुरेपूर प्रयत्न करीत असत.

वॅलेस काही डार्विनसारखे श्रीमंत नव्हते. मलाया आणि त्या परिसरातून त्यांनी जे सजीव आणि वनस्पतीचे नमुने आणले होते, त्यातून त्यांना जेमतेम जगण्यापुरते उत्पन्न मिळत होते. १८६४ मधे रॉयल जिऑग्राफिकल सोसायटीच्या उपसचिव-पदासाठी त्यांनी

अर्ज केला. त्यांचे स्नेही बेट्स हे याच जागेसाठी प्रयत्न करीत होते; आणि सोसायटीने बेट्स यांची या पदासाठी निवड केली. यावर बेट्स आता लंडनवासी होतील व त्यामुळे त्यांना वारंवार भेटणे शक्य होईल, अशी वॉलेसनी स्वतःची समजूत घातली.

उत्तरायुष्य

इ.स. १८६६ मधे वॅलेस यांचा मेरी मिटेन हिच्याशी विवाह झाला. त्यांचे मित्र जीवशास्त्रज्ञ विल्यम मिटेन यांची मेरी ही मुलगी. यामुळे वॅलेसनी आणखी एका नोकरीसाठी प्रयत्न केला. बेथनाल ग्रीन येथे एक शासकीय वस्तुसंग्रहालय प्रस्थापित होत होते. या वस्तुसंग्रहालयाच्या संचालकपदी आपली नियुक्ती होईल, असं वॅलेसना वाटत होतं. यासाठी वॅलेस यांच्या अनेक मित्रांनीही वॅलेस यांची निवड व्हावी म्हणून प्रयत्न केले. हे प्रयत्न फोल ठरले; कारण या म्यूझिअमसाठी स्वतंत्र संचालक न नेमता केसिंग्टन इथल्या संग्रहालयाच्या संचालकावरच ही जबाबदारी सोपवावी असा निर्णय शासनानं घेतला आणि १८७२ साली त्याप्रमाणे हे वस्तुसंग्रहालय केसिंग्टनची शाखा म्हणून अस्तित्वात आले.

इ.स. १८७८ साली लंडनच्या महानगरपालिकेनं एपिंग इथलं राखीव वन आपल्या अखत्यारीत आणलं. या वनाचा वनक्षेत्रपाल म्हणून आपली नेमणूक होईल, असं वॅलेसना वाटू लागलं. यामुळे वॅलेस खूप प्रफुल्लित बनले. आपण हे वन कशा तऱ्हेनं सुधारायचं ठरवलंय, याबद्दलची एक योजना त्यांनी 'फोर्टनाइटली रिव्ह्यू'मध्ये प्रसिद्धही केली. कदाचित त्यांची ही घाई त्यांना नडली असेल किंवा त्यांचे धर्म आणि शिक्षणाबद्दलचे विचार या नेमणुकीच्या आड आले असतील; पण ही नेमणूकही त्यांना मिळाली नाही. वॅलेस यांची ही वनयोजना मात्र त्यांचं भूगोल आणि निसर्ग यांच्याबरोबर असलेलं प्रेमयुक्त नातं स्पष्ट करणारी होती.

वनस्पतींची भौगोलिक स्थानं या वनातून स्पष्ट व्हावीत आणि हे वन एक आदर्श शैक्षणिक संस्था बनावे या दृष्टीने जगाच्या कानाकोपऱ्यांतून वनस्पती आणून इथे एक छोटी वानस प्रतिपृथ्वी निर्माण करण्याचा व्हेलेस यांचा मनोदय होता. पण लंडन महानगरपालिका वाणिज्यवृत्तीच्या लोकांच्या ताब्यात होती; यामुळे येथे खेळांचे मैदान, हौशी शिकाऱ्यांसाठी पथिकाश्रम आणि कोल्ह्यांच्या शिकारीची सोय, मुलांसाठी झोपाळे व घसरगुंड्या अशा सोयी करून पैसे मिळवायचा घाट या लोकांनी घातला होता. त्यामुळे व्हेलेस यांच्या पदरी इथंही निराशाच पडली. विशेषत: या ठिकाणी जत्रा भरवण्याच्या योजनेस त्यांनी हास्यास्पद ठरवल्यामुळे आणि आपलं नैसर्गिक वैभव लोप पावतंय त्याची या व्यापाऱ्यांना काय चिंता, अशा तऱ्हेचे उद्गार काढल्यामुळे व्हेलेस यांचे नाव महानगरपालिका सदस्यांच्या काळ्या यादीत गेले.

पुढे उत्तरायुष्यात 'झालेले बरे झाले, त्यामुळे मला इतर संशोधन करता आले,' असे उद्गार जरी व्हेलेसनी या बाबतीत काढले असले, तरी हा त्यांच्या आयुष्यातला एक घोर निरशेचा क्षण होता, हे निश्चित.

लंडनमध्ये आठ वर्षे घालवल्यावर व्हेलेसना परत एकदा निसर्गरम्य वातावरणात आणि शहरी गोंधळापासून दूर राहायची इच्छा झाली. लंडनमधल्या वास्तव्यात त्यांचा बहुतेक वेळ 'द मलाय आर्किपिलॅगो' हा ग्रंथ लिहिण्यात गेलेला होता. हा ग्रंथ पूर्ण झाल्यावर मग त्यांना लंडनमधे राहण्यात गोडी वाटेनाशी झाली. इ.स. १८७० मध्ये ते बार्किंग इथे एका जुन्या वाड्यात राहायला गेले. इथं त्यांना बरेच नवनवे मित्र मिळाले. व्हेलेसना अनेक विषयांत गोडी असल्यामुळे अनेक प्रकारचे मित्र त्यांच्या भोवती गोळा होत असत. इथं व्हेलेसना परलोकविद्येची गोडी लागली आणि यातूनच त्यांची शेक्सपिअर वाङ्मयाचे गाढे अभ्यासक सी. एम. इंगल्बाम यांच्याशी ओळख झाली. त्याशिवाय त्यांच्या वाड्याशेजारी राहत असलेले सर अँटोनिओ ब्रॅडी हे पुराजीवशास्त्राचे हौशी अभ्यासकही व्हेलेस यांचे मित्र बनले. ब्रॅडींकडे पुराजीवावशेषांचा प्रचंड मोठा खजिनाच होता. याशिवाय

विचारांच्या बाबतीत बरेच पुढे असलेले समाजसुधारक कर्नल होप यांच्या बरोबरही वॅलेसचा सूर जुळला.

वॅलेसना होप यांच्या बरोबर गप्पा मारायला फार आवडत असे. होप यांच्या कल्पना खूपच मननीय असत; पण त्या काळात त्या कल्पना लोकांना पटत नसत. थेम्स नदीत लंडन शहराची गटारं सोडली जातात, याविरुद्ध होपनी एक मोहीमच उभारलेली होती. याऐवजी लंडनमध्ये सर्व गटारांमधून वाहणारी घाण कुठेतरी एकत्र करावी, त्यावर काही प्रक्रिया कराव्या, ती दहा हजार एकर जमिनीवर पसरावी म्हणजे लोकांना सकस आणि हिरवा भाजीपाला स्वस्तात मिळू शकेल, अशी एक योजना त्यांनी तयार केली होती. ही योजना फार भव्य असल्यामुळे लंडन शहराचा कारभार चालवणाऱ्या खुजट व्यक्तिमत्त्वाच्या व्यक्तींना ती पचणार नाही आणि त्याचे परिणाम लंडनवासीयांना भोगावे लागतील, असं वॅलेस यांचं या योजनेबद्दल मत होतं. ते चुकीचं नव्हतं हे सिद्ध व्हायला अर्थातच विसावं शतक उजाडावं लागलं.

याच्या पुढच्या वर्षी वॅलेस 'ग्रेज' या गावी वास्तव्यास गेले. या गावातलं एक स्थान त्यांना फार आवडलं. इथं त्यांनी स्वत:साठी घर बांधायचं ठरवलं. त्यांचा सर्वेक्षण क्षेत्रातील अनुभव इथं त्यांच्या उपयोगी पडला. या भागात त्यांनी एक विहीर खोदली आणि त्या विहिरीवर स्वत:च बनवलेली एक पवनचक्की बसवली. जवळच एक सिमेंटनिर्मितीचा कारखाना होता; यामुळे त्यांनी काँक्रीटचं घर बांधलं. हाताखालचे मजूरही त्यांचे मित्र बनले. याचं कारण या मजुरांकडूनही त्यांना ज्ञान मिळवता येत होतं. 'हा घरबांधणीचा काळ माझ्या आयुष्यातला सर्वांत आनंदाचा काळ होता,' असं ते म्हणत. त्यांनी या घरांभोवती बाग केली आणि मग बागकाम त्यांच्या आयुष्याचं एक कायमस्वरूपी अंग बनून गेलं.

वॅलेस यांच्या परलोकविद्येच्या छंदापायी त्यांचा अनेक चित्रविचित्र मंडळींशी संबंध येत असे. यांत काही रशियन लोकही होते. हे रशियन वॅलेस यांच्याशी नाना विषयांवर चर्चा करीत असत. त्यांच्यामध्ये काही जीवशास्त्रज्ञांचाही समावेश होता. जर्मनीहूनही अनेक जीवशास्त्रज्ञ या रशियन शास्त्रज्ञांच्या बरोबरीने वॅलेस

यांच्या भेटीसाठी येऊ लागले. याच काळात वॅलेस आपल्या 'भौगोलिक प्राणिशास्त्र'विषयक ग्रंथाचा पाठपुरावाही करत होते. हा एक नवा विषय –याला आता झूजिऑग्राफी म्हणतात– वॅलेसनी जन्माला घातला. ते या विषयाला 'जिऑग्राफिकल झूलॉजी' म्हणायचे. या विषयाचा पायाभूत ग्रंथ वॅलेसनी दोन खंडांत लिहून पूर्ण केला.

त्याचं नाव होतं 'जिऑग्राफिकल डिस्ट्रिब्यूशन ऑफ ऍनिमल्स' म्हणजे प्राण्यांचा भौगोलिक विस्तार किंवा प्रसार. खरंतर डिस्ट्रिब्यूशनचा अनुवाद 'वाटप' असा करायलाही हरकत नाही. ग्रेज इथल्या चार वर्षांच्या वास्तव्यात हे दोन खंड लिहून पूर्ण करता करता वॅलेसनी 'एनसायक्लोपीडिया ब्रिटानिका'सह इतर अनेक ठिकाणीही लेखन केलं. याशिवाय 'ऑन मिरॅकल्स ऍन्ड मॉडर्न स्पिरिच्युऑलिझम' नावाचं त्यांचं एक पुस्तकही या काळात प्रसिद्ध झालं. आपलं ग्रेज इथलं घर १९७६ साली विकून वॅलेस डॉर्किंग इथं राहायला गेले. इथंही ते फार काळ स्थिरावले नाहीत. पण १८७८ मधे ते क्रायडनला पोहोचले आणि तिथं ते सलग तीन वर्षे राहत होते. आपल्या अपत्यांची– एव्हाना त्यांना एक मुलगा आणि एक मुलगी झालेली होती– शिक्षणाची सोय व्हावी, या हेतूनेच ते क्रायडन इथं स्थिरावले.

क्रायडनला स्थिरावल्यावर त्यांचं लेखन जोमानं सुरू झालं. ब्रिटानिकासह इतरत्र ते नव्या जोमानं लिहू लागले. याच काळात 'ट्रॉपिकल नेचर' (विषुववृत्तीय निसर्गसृष्टी) या विषयावर ग्रंथ लिहायचा संकल्प त्यांनी सोडला आणि त्या दृष्टीनं त्यांनी संदर्भांची जुळवाजुळव सुरू केली.

या सुमारासच वॅलेस शाही वैज्ञानिकसभेच्या जीवशास्त्र विभागाचे अध्यक्ष बनले होते आणि ग्लासगो इथल्या अधिवेशनात त्यांनी अध्यक्षीय भाषण केलं होतं. क्रायडन इथं त्यांनी 'आयलँड लाइफ' (बेटांवरची जीवसृष्टी) हा ग्रंथ लिहून पूर्ण केला. हा ग्रंथ ब्रिटिश विज्ञान इतिहासामधला एक महत्त्वाचा ग्रंथ मानण्यात येतो. बेटांवरचं जीवन कसं निर्माण झालं, त्याची उत्क्रांती, या सजीवांचं परस्परसाहचर्य आदी मुद्द्यांचा या ग्रंथात ऊहापोह केलेला असून यासाठी वॅलेस यांचं स्वतःचं संशोधन आणि अभ्यास त्यांना उपयोगी पडला.

यामुळे त्यांच्या वनस्पतिविषयक अभ्यासासही उजाळा मिळाला.

या ग्रंथाबरोबरच 'ऑन ऑस्ट्रेलेशिया-स्टॅनफोर्ड्स काँपेंडियम टु जिऑग्राफी अॅन्ड ट्रॅव्हल' हे पुस्तकही लिहून त्यांनी हातावेगळं केलं. या पुस्तकात त्यांनी या भागातल्या आदिवासींची भलावण केली होती; तसंच युरोपीय माणसं आणि हे आदिवासी यांच्या बुद्धिमत्तेत फारसा फरक नाही, असा निष्कर्षही काढला होता.

हा निष्कर्ष इंग्लंडमध्ये प्रचंड टीकेचा धनी झाला. मात्र शास्त्रशुद्ध पायावर हा निष्कर्ष खोडून काढणे कुणालाही जमले नाही, आणि आतातर हा निष्कर्ष मानवजातीच्या अंगवळणी पडला नसला, तरी सर्वसंमत झालेला आहे. इ.स. १८८१ मधे डब्लिन विद्यापीठाने त्यांना मानद 'डॉक्टर ऑफ लेटर्स' ही पदवी दिली. या वेळी डार्विनचे 'मैत्रीपूर्ण शत्रू' अशी वॅलेस यांची ओळख करून देण्यात आली; हे वॅलेसना मान्य नव्हतं.

१८८१ मधेच डार्विन यांचं निधन झालं; त्या वेळी 'माझा एक जवळचा मित्र, गुरू आणि मार्गदर्शक हरपला. त्यांच्या अंत्ययात्रेस उपस्थित राहण्याचं आमंत्रण मला मिळालं, हा माझा बहुमान होता असं मी मानतो. माझ्या घरातलंच कुणीतरी जवळचं गेलंय, अशी माझी भावना आहे,' असे उद्गार त्यांनी काढले होते. डार्विनशी वॅलेस यांचे बऱ्याचदा मतभेद झाले, तरी त्यांनी कधीही डार्विनचा अधिक्षेप केला नव्हता आणि स्वतःलाही कधी डार्विन यांच्या तोडीचा संशोधक मानलं नव्हतं. डार्विन हे आपले मार्गदर्शक आहेत, असंच ते मानत आले होते.

याच वर्षी 'जमिनीचं राष्ट्रीयीकरण' या विषयावर वॅलेसनी एक पुस्तक लिहिलं आणि या पुस्तकाच्या बरोबर त्यांनी सक्रिय राजकारणात भाग घ्यायला सुरुवात केली. यानंतर 'इंग्लंड कर्जबाजारी होण्याची कारणे,' या विषयावरही त्यांनी लेखन केलं. आणि नंतर 'लस टोचण्याची मोहीम का फसली' या विषयावरही एक पुस्तक प्रसिद्ध केलं.

याच सुमारास वॅलेसना बोस्टन इथल्या लॉवेल संस्थेकडून व्याख्याने देण्यासाठी आमंत्रण देण्यात आलं. यामुळे इंग्लंडमध्ये समाजकारण न करता त्यांनी अमेरिकेस प्रयाण केलं. अमेरिकेत

वॅलेसनी 'डार्विनिझम' या विषयावर सोदाहरण भाषणं दिली. या व्याख्यानांचं एका सटीक ग्रंथात रूपांतर करण्यात आलं. 'डार्विनिझम' हा वॅलेस यांचा आणखी एक महत्त्वाचा ग्रंथ ठरला.

अमेरिकेत

अमेरिकेत न्यू यॉर्कमध्ये वास्तव्यास असताना वॅलेस यांची हेन्री जॉर्ज या समाजधुरिणाशी परिचय झाला. हेन्री जॉर्ज याच्या 'प्रोग्रेस ॲन्ड पॉव्हर्टी' या पुस्तकाचा त्या काळात बराच बोलबाला झालेला होता.

जॉर्ज त्या वेळी न्यू यॉर्कच्या महापौरपदाच्या निवडणुकीसाठी उभे होते. वॅलेसनी जॉर्जना पाठिंबा जाहीर केला. यामुळे त्यांची सुधारक प्रतिमा आणखी वाढली. राजकारण अर्थात किरकोळ होतं; पण अमेरिकेच्या वास्तव्यात त्यांची आसा ग्रे या मानसशास्त्रज्ञाशी मैत्री जुळून आली. आसा ग्रे हे प्रखर डार्विनवादी होते. याशिवाय ऑलिव्हर वेडेल होम्स या वैद्यकीय तत्त्वज्ञानशीही वॅलेस यांचा परिचय झाला. हार्वर्ड विद्यापीठातल्या जीवशास्त्राच्या प्राध्यापकांशीही वॅलेस यांनी परिचय करून घेतला. दरम्यान ते संधी मिळेल तेव्हा 'गरिबीचं अर्थशास्त्र' या आपल्या आवडत्या विषयावरही भाषणे देत होतेच. सामाजिक न्याय आणि आर्थिक विषमता या दोन विषयांवर या दौऱ्यात वॅलेसनी वैज्ञानिक व्याख्यानांच्या बरोबरीनं व्याख्यानं दिली. किंबहुना यानंतरच्या आयुष्यात त्यांनी सामाजिक आणि आर्थिक विषमता, तसेच परामानसशास्त्र किंवा परलोकविद्या या दोन विषयांवरच आपलं लक्ष केंद्रित केल्याचं दिसून येतं.

अमेरिकेत असताना जेम्स रसेल लोवेल आणि राल्फ वाल्डो इमर्सन यांच्या सहवासातही वॅलेसनी बोस्टन येथे बराच काळ व्यतीत केला. 'सायकिक फॅक्टर्स इन सिव्हिलायझेशन' या पुस्तकाचे

लेखक प्राध्यापक लेस्टर वॉर्ड यांचीही वॅलेसनी भेट घेतली, पण त्यांचे विचार फारसे जुळले नाहीत. या काळात अजून वॅलेसनी समाजवादी विचारसरणी आपलीशी केली नव्हती, तर लेस्टर वॉर्ड पक्के समाजवादी बनले होते. याउलट या काळात वॅलेसवर परलोकविद्येचा प्रचंड प्रभाव होता आणि त्या बाबतचा वॉर्ड यांचा उत्साह ओसरू लागलेला होता.

याच काळात इंग्लंडमध्ये आयर्लंडचा प्रश्न पेटला होता. आयर्लंडच्या स्वातंत्र्य चळवळीस पाठिंबा देणारे अनेक अमेरिकन इंग्लंड, आयर्लंडला स्वातंत्र्य का देत नाहीत, हा प्रश्न वॅलेसना विचारत असत. याबाबत वॅलेस यांची मतं ठाम होती आणि ती आयर्लंडपुरतीच मर्यादित नव्हती. ही मतं उघडपणे कुणाचाही मुलाहिजा न ठेवता ते बोलून दाखवीत असत. भारत आणि इतर ब्रिटिश वसाहतींबद्दल बोलताना ते म्हणत-"एखादं राष्ट्र स्वतंत्र म्हणवून घेण्याच्या किंवा होण्याच्या पात्रतेचं आहे किंवा नाही, हा प्रश्नच उद्भवत नाही. हा प्रश्न फक्त मूलभूत न्यायाचा असून यातलं न्यायाचं पारडं कुणाच्या बाजूनं झुकणार, हे स्पष्ट आहे. एखाद्या राष्ट्राने दुसऱ्या राष्ट्रावर सत्ता गाजवणं हे मानवतेच्या मूलभूत विचारसरणीच्या अगदी विरुद्ध आहे. कुठलाही मालक हा गुलाम स्वातंत्र्यास पात्र नाहीत, असंच म्हणतो. त्यांना राष्ट्राचा गाडा ओढणं जमत नाही, ही हुकूमशहांची सबब असते.

''अशा राजवटीत फक्त जुलूमच संभवतो. स्वयंशासन हा मानवी स्वभावाचा मूलभूत गुणधर्मच आहे. अनेक रानटी जमाती, अनेक असंस्कृत समाज हे स्वत:ला प्रगत म्हणवून घेणाऱ्या राष्ट्रांपेक्षाही जास्त चांगलं जीवन जगतात, कारण ते स्वयंशासित असतात,'' असं वॅलेस जाहीर बोलत असत.

खरंतर वॅलेस डार्विनप्रणीत उत्क्रांतिवादावर भाषणं देण्यासाठी अमेरिकेत गेले होते; त्यांचा बहुतांश वेळ हा डार्विनवादाची उकल करणारी व्याख्याने देण्यातच जात असे. पण याचबरोबर फावल्या वेळात आणि संधी मिळेल तेव्हा ते सामाजिक प्रश्नांवरही आपले विचार व्यक्त करीत असत. वॉशिंग्टनमध्ये त्यांना वुमेन्स अँथ्रापॉलॉजिकल सोसायटीत व्याख्यानासाठी बोलावण्यात आलं होतं. इथं वॅलेसनी

'सर्व समाजाचं उत्थान घडवून आणणारी अर्थव्यवस्था कशी असावी', या विषयावर व्याख्यान दिलं. सर्व कष्टकऱ्यांना त्यांच्या मूलभूत गरजा पूर्णपणे भागवून, शिवाय निरोगी आणि आनंदी जीवन जगायला मिळावं, अशी अर्थव्यवस्था असावी, हे त्यांच्या व्याख्यानाचं मूळ सूत्र होतं. कामगारांना निसर्गसौंदर्याचा आनंद उपभोगता यावा; कलात्मक आणि सांस्कृतिक जीवन जगता यावं; आणि असं समृद्ध जीवन सर्वांना जोपर्यंत आपण देऊ शकत नाही, तोपर्यंत समाजात हे सर्व उपभोगणारा असा मर्यादित वर्ग असूच नये, असंही वॅलेसना वाटत होतं.

वॅलेस यांच्या डार्विनवादाच्या भाषणांबद्दल त्यांची स्तुती करण्यात येत असतानाच मधेच मुक्त अर्थव्यवस्थेचा पाठपुरावा करणाऱ्या अमेरिकनांच्या विरोधी सूर लावणारे हे विचार अमेरिकन उच्चभ्रूंना पटणं शक्यच नव्हतं. वॅलेस यांचे हे विचार त्यांच्यासारख्या तर्कशुद्ध विचारवंताच्या तोंडी शोभत नाहीत, हे विचार कुठल्यातरी मागास आणि रानटी जमातीचे तत्त्वज्ञान म्हणून फारतर शोभून दिसतील, असा टोला वॉशिंग्टन पोस्टने वॅलेसना आपल्या संपादकीयामधून हाणला होता.

यानंतर तर एका भाषणात वॅलेसनी सर्व गोऱ्या अमेरिकेचं शत्रुत्व ओढवून घेणारे विचार मांडले. ''अमेरिकन भूमी ही रेड इंडियनांची आहे. या इंडियनांना कोंडवाड्यात ठेवल्यासारखे राखीव जंगलात ठेवून उरलेल्या जमिनीचा व्यापार करणे ही चक्क दरोडेखोरी आहे,'' असं वॅलेस जाहीरपणे म्हणाले. त्या काळच्या विचारांपेक्षा त्यांचे विचार शे-सव्वाशे वर्षें तरी पुढे होते, हे पटवून घ्यायला हे विधान पुरे आहे. आता कॅनडामध्ये मूळ एस्किमो आणि रेड इंडियनांना त्यांची त्यांची भूमी परत करण्याबद्दल कायदे करण्यात येत आहेत. त्या काळात अर्थातच अमेरिकेत असले विचार मान्य होणं कुणालाच शक्य नव्हतं. रेड इंडियनांना अत्यंत घृणास्पद गहणीय मानून आधुनिक शस्त्रास्त्रांच्या साहाय्याने वारेमाप कत्तल करण्यातच लोक भूषण मानीत होते.

वॉशिंग्टन या अमेरिकेच्या राजधानीत वॅलेस तीन महिने वास्तव्यास होते. त्या वेळचे अमेरिकेचे राष्ट्राध्यक्ष क्लीवलँड यांच्याशी वॅलेस

यांची भेट घालून देण्यात आली. आपली ही भेट अतिशय कंटाळवाणी होती आणि कॅलिफोर्नियातल्या वाइनबद्दल राष्ट्राध्यक्ष जे बोलले ते वगळता बाकी कुठलीही गोष्ट लक्षात ठेवण्यासारखी नव्हती, असं या भेटीबाबत वॅलेस म्हणाले.

वॉशिंग्टनहून वॅलेस कॅलिफोर्नियास गेले. इथे त्यांचा भाऊ जॉन राहत होता. सॅनफ्रॅन्सिस्कोमध्ये महासागरी बेटे आणि डार्विनप्रणीत उत्क्रांतिवाद या विषयावर त्यांचं एक व्याख्यान झालं. इथं सिनेटर लेलँड स्टॅनफोर्डनी वॅलेसना आपल्याकडे बोलवून घेतलं. या दोघांची वॉशिंग्टनमध्ये ओळख झालेलीच होती. स्टॅनफोर्डनाही परलोकविद्येत खूप रस होता. स्टॅनफोर्डनी सॅनफ्रॅन्सिस्कोत या विषयावर वॅलेस यांचे एक व्याख्यान घडवून आणले. वॅलेस यांच्या शास्त्रीय व्याख्यानापेक्षा या व्याख्यानालाच खूप गर्दी जमली होती. स्टॅनफोर्ड यांच्याशी परलोकविद्येवर वॅलेस यांच्या बऱ्याच गप्पा होत असत. एक शास्त्रज्ञ या विषयात रस घेतोय, यामुळे स्टॅनफोर्ड वॅलेस यांचं कौतुक करीत असत; तर एक वकील, प्रसिद्ध पुढारी, यशस्वी धंदेवाईक आणि राजकारणात मुरब्बी स्टॅनफोर्ड या विषयावर विश्वास ठेवतात, याचा वॅलेसना अभिमान वाटत असे. कॅलिफोर्नियातून वॅलेस कॅनडास रवाना झाले. वाटेत मिशिगनमध्ये त्यांनी 'डार्विनिझम'वर एक भाषण केले. त्यांचा बहुतेक प्रवास रेल्वेनेच होत होता. वाटेत ठिकठिकाणी थांबून ते आसपासच्या निसर्गाचा अभ्यास करीत असत. इथल्या दऱ्याखोऱ्यात नि जंगलांत फिरून तिथल्या वनस्पतींचे नमुने गोळा करून ते इंग्लंडला पाठवीत असत.

अशा तऱ्हेने संयुक्त संस्थाने आणि कॅनडाचा दौरा आटोपून जवळजवळ दहा महिन्यांनंतर वॅलेस इंग्लंडला परतले. वाटेत जहाजावर त्यांना दम्याचा पहिला त्रास झाला. यानंतर मरेपर्यंत दम्याने त्यांची पाठ सोडली नव्हती. या अमेरिकेच्या प्रवासाने त्यांची निराशा केली होती. अमेरिकेत रॅटल स्नेक (खुळखुळ्या साप) आणि हमिंग बर्ड (गुंजाब मधुमक्षी) हे दोन जीव बघायची त्यांची इच्छा अपूर्ण राहिली. याशिवाय इतक्या निसर्गसमृद्ध देशात राहणाऱ्या लोकांना आपल्या नैसर्गिक ठेव्याची जाण नाही, तो कसा सुरक्षित राखावा हे कळत नाही, याचंही त्यांना खूप वाईट वाटलं. किंबहुना, अमेरिकन

लोक निसर्गाच्या जिवावर उठले आहेत, असंच त्यांना प्रामाणिकपणे वाटत होतं. प्रदूषणजन्य नद्या, बेसुमार जंगलतोड, प्राण्यांची अनिर्बंध हत्या यांमुळे अमेरिकेची वाट लागते आहेच; पण इंग्लंडही याबाबत मागे नाही, याचा त्यांना फार खेद झाला. अमेरिकेत इंग्लंडपेक्षाही अतिभव्य प्रमाणावर निसर्गविच्छेद होत आहे, हे जगाच्या दृष्टीने घातक आहे, असं मत त्यांनी व्यक्त केलं होतं. माल्थसच्या पुस्तकामुळे त्यांना उत्क्रांतिवाद सुचला होता. या अमेरिकेच्या प्रवासात त्यांच्या आयुष्याला कलाटणी देणारं आणखी एक पुस्तक त्यांच्या हाती आलं. एडवर्ड बेलामी यांच्या 'लुकिंग बॅकवर्ड' या पुस्तकाने वॅलेस पक्के समाजवादी बनले, आणि त्यांच्या नेहमीच्या उत्साहाने त्यांनी या समाजवादी विचारसरणीचा प्रचार आणि प्रसार सुरू केला. त्यांना आता मानवी एकता, विचारस्वातंत्र्य आणि समानता या विचारांनी पछाडलं होतं.

मायभूमीस परत

वॉलेस १८८७ च्या अखेरीस अमेरिकेतून इंग्लंडला परतले. अमेरिकेत डार्विनवादावर व्याख्याने देत असताना नंतरच्या प्रश्नोत्तरांमधून त्यांना आपण या व्याख्यानांच्या टिपणावरून एक ग्रंथ तयार करावा, असं वाटू लागलं होतं. याचं कारण डार्विन यांच्या 'ओरिजिन ऑफ स्पेसीज'चा जरी भरपूर खप झाला असला, तरी मूलत: तो ग्रंथ म्हणजे एक प्रबंध होता. या प्रबंधाचं लेखन अर्थातच तज्ज्ञ व्यक्तींसाठीच करण्यात आलं होतं. हा ग्रंथ ज्यांच्याकडे होता अशा श्रोत्यांनीच वॉलेसजवळ ''आपली व्याख्याने ऐकल्यावर ग्रंथातील अनाकलनीय भाग आता आमच्या लक्षात येऊ लागला आहे, तरी आपणच 'ओरिजिन'वर भाष्यरूप एखादं सोपं पुस्तक आपल्या टिपणांच्या आधारे लिहावे,'' अशी मागणी केली होती.

इंग्लंडमध्ये परतल्यावर स्थिरस्थावर होईपर्यंत १८८७ उलटलं. पुढचं वर्ष वॉलेसनी 'सुलभ उत्क्रांतिवाद' लिहिण्यात खर्ची घातलं. याच काळात याच विषयावर त्यांनी इंग्लंड आणि वेल्समध्ये विविध ठिकाणी व्याख्यानं दिली. १८८९ मध्ये ऑक्सफर्ड विद्यापीठाने त्यांना मानद डॉक्टरेट देऊन त्यांचा सन्मान केला, त्या वेळी त्यांचा 'डार्विनिझम ॲन एक्स्पोझिशन ऑफ द थिअरी ऑफ नॅचरल सिलेक्शन' हा ग्रंथ प्रसिद्धीसाठी तयार होता.

जून १८८९मध्ये वॉलेस डॉर्सेट परगण्यातील पार्कस्टोन इथे राहायला गेले. इथे त्यांनी आधी घराभोवती बाग फुलवली. या बागेत नानाविध जातींच्या वनस्पती होत्या. त्यातून ब्रिटिश बेटातल्या

कानाकोपऱ्यांतल्या वनस्पतींचं प्रदर्शनच तिथं वॉलेसनी भरवलं होतं. बागकाम हे वॉलेसच एक व्यसन होतं. ठिकठिकाणी भरणाऱ्या बागकामविषयक प्रदर्शनांना ते प्रेक्षक म्हणून उपस्थित राहत असत. कधी ते परीक्षकाची भूमिकाही पार पडत असत. चेल्सी इथल्या ऑर्किडच्या प्रदर्शनाची सांगता तर त्यांच्या उपस्थितीशिवाय होतच नसे.

वॉलेस यांच्या लेखन आणि व्याख्यानांमुळे युरोप-अमेरिकेतून त्यांचे अनेक चाहते त्यांना भेटावयास येत असत. त्यांच्या पार्कस्टोन इथल्या वास्तव्यात एलिझे रेक्लूज हा प्रसिद्ध भूगोलविद् त्यांच्या भेटीस आला. त्या काळात क्रांतिकारक विचारसरणीसाठी प्रसिद्ध असलेल्या क्रोपोटकिन या आद्य अनागोंदीवादी राजकारण्याचा एलिझे रेक्लूज हा उजवा हात होता. सामाजिक अन्यायांविरुद्ध आवाज उठवणाऱ्या वॉलेसचं रेक्लूजशी चांगलंच सूत जुळलं. समाजातील वाईट चालीरीती, गुन्हेगारी, दारिद्र्य आणि दुःख यांची निर्मिती चुकीची शासकीय धोरणे आणि वाईट सामाजिक चालीरीती यामुळेच होते, या बाबतीत या दोघांचं एकमत झालं होतं.

इंग्लंडमध्ये परतल्यावर वॉलेसना जाहीर व्याख्यानं देण्याचा कंटाळा येऊ लागला होता. यामुळे शेफील्डला एक आणि लिव्हरपूलला एक अशा दोन जाहीर व्याख्यानांनंतर त्यांनी तोंड वाजविण्यापेक्षा लेखणी चालवण्यावर भर द्यायचं ठरवलं. तरीही १८८९ ते १८९६ या सात वर्षांच्या प्रदीर्घ कालावधीत त्यांचा एकही ग्रंथ प्रसिद्ध झाला नाही, ही आश्चर्याचीच गोष्ट आहे. मात्र या काळात त्यांनी अनेक नियतकालिकांमधून विविध विषयांवर लेखन केलं. 'फोर्टनाइटली रिव्ह्यू' या नियतकालिकातून त्यांनी फ्रॉन्सिस गाल्टन आणि ग्रँट ऑलन यांच्या 'निवडक मानवी निपज' (सिलेक्टिव्ह ह्यूमन ब्रीडिंग) या बाबतच्या विचारांवर अवैज्ञानिकतेचा आरोप ठेवून घणाघाती हल्ला चढविला. अशा तऱ्हेनं 'मानवी निपज' करणं अनावश्यक असल्याचं त्यांचं मत ग्राह्य धरता येतं; पण जर कुत्री, मांजरं आणि शेतीच्या उपयोगाच्या प्राण्यांची जशी विशिष्ट गुणांकरिता निपज केली जाऊ शकते, तर मानवाचीही अशी सुधारित आणि संकरित पिढी तयार करता येऊ शकेल, या विचारास त्यांनी अशास्त्रीय

म्हणावं, याचं बऱ्याच जणांना आश्चर्य वाटलं. याबाबत वॉलेसनी 'बोस्टन अरेना'मध्ये मांडलेली मतं मात्र बरीच तर्कशुद्ध होती. जर सर्व मानवांना सुशिक्षण मिळालं आणि सामाजिक न्याय, तसेच आर्थिक स्वास्थ्य मिळालं, तर आपोआपच लोकसंख्या वाढीस आळा बसेल, असं वॉलेसना वाटत होतं. स्त्रियांना जोडीदार निवडण्याचं स्वातंत्र्य दिलं तर मानवी समाज अधिक चांगला होईल, हेही त्यांचं मत काळापेक्षा शंभर वर्षे पुढे होतं.

इ.स. १८९५ मध्ये वॉलेसनी 'द मेथड ऑफ ऑर्गॅनिक इव्होल्यूशन' नावाचा एक प्रदीर्घ लेख लिहिला. या लेखाला ते 'आपला एक महत्त्वाचा लेख' असं म्हणत असत. हा लेखही 'फोर्टनाइटली रिव्ह्यू'मध्येच प्रसिद्ध झाला होता. यात त्यांनी गाल्टन आणि बेट्सन यांच्या 'डिस्कन्टिन्यूअस व्हेरिएशन' या लेखाचा समाचार घेतला होता. त्या लेखात द ब्रीज यांनाही टोले हाणलेले होते. त्या लेखानुसार वॉलेसना उत्परिवर्तनाने उत्क्रांती होते, हा सिद्धान्त मान्य नव्हता हे स्पष्ट होत होतं. याउलट द ब्रीज काय किंवा गाल्टन काय, हे उत्क्रांतीचे एक साधन म्हणून उत्परिवर्तनाकडे बघत होते. उत्क्रांती कशी झाली असावी, या बाबतची आजची मतं आणि सिद्धान्त पाहिले तर वॉलेससारख्या दूरदृष्टी असलेल्या शास्त्रज्ञाने उत्परिवर्तनाला इतकं नगण्य लेखावं, याचं आश्चर्य वाटतं. अचानक उद्भवलेल्या आणि जीवनसंघर्षात टिकून राहिलेल्या फायदेशीर उत्परिवर्तनांचा परिपाक म्हणजे उत्क्रांती, हा आजकालचा सिद्धान्त ऐकून वॉलेसना आपल्या सिद्धान्ताचे हे असे धिंडवडे निघावेत, याबद्दल कदाचित वाईटही वाटलं असतं; किंवा कदाचित ते या नव्या प्रक्रियेचे पुरस्कर्तेही बनले असते. कारण विचारस्वातंत्र्य हा शास्त्रीय प्रगतीचा पाया आहे, या मतावर त्यांचा दृढ विश्वास होता आणि त्यामुळेच ते आपल्या टीकाकारांशीही मैत्रीचे संबंध ठेवून असत. किंबहुना या वैज्ञानिक लेखापाठोपाठच त्यांनी 'यू फोर्टनाईटली रिव्ह्यू' मध्येच विचारस्वातंत्र्य या विषयावरही एक प्रदीर्घ लेख लिहिला आणि मतभिन्नता असली तरी वैयक्तिक संबंधात जिव्हाळा असू शकतो, असं मतही मांडलं होतं.

पृथ्वीचं एक प्रचंड मोठं प्रतिरूप निर्माण करायचा ध्यास त्यांना

या काळातच लागला होता. रेक्लूजबरोबर त्यांनी याबाबत चर्चा करून हे प्रतिरूप (मॉडेल) कसं असावं, याचा एक आराखडाही तयार केलेला होता. अशा तऱ्हेचं प्रतिरूप करणं शक्य आहे आणि त्यामुळे ज्ञानाच्या प्रसारास मोठाच हातभार लागेल, हे त्यांना मान्य होतं. यासाठी ६०० फूट (सुमारे १८५ मीटर) उंचीची एक इमारत बांधावी आणि जिने आणि सज्जे यांच्या साहाय्यानं पृथ्वीचं सुयोग्य दर्शन जनतेस घडवून आणावं असं या योजनेचं स्वरूप होतं. मात्र या योजनेची तळी उचलून धरणारा दाता उपलब्ध होणे शक्य नाही, हे लक्षात येताच वॉलेसनी मग हा नाद सोडून दिला.

१८९६ मध्ये उत्क्रांतीच्याच एका प्रश्नावर त्यांनी वाद घातला. 'द प्रॉब्लेम ऑफ युटिलिटी' या त्यांच्या शोधनिबंधात त्यांनी प्रत्येक सजीवाला असलेला अवयव हा त्याला सुयोग्य जीवन जगण्यासाठी आवश्यकच असतो; अनावश्यक अवयवांना उत्क्रांती बाजूस टाकते, हा मुद्दा जोरदारपणे मांडला. त्यांचा हा निबंध त्यांनी लिनियन सोसायटीपुढे वाचला होता. वॉलेसना वाद घालण्याचे व्यसनच होते असे म्हणावे लागेल. कारण त्यांनी प्रणिशास्त्रापासून हिमनदी अभ्यासापर्यंत आणि जमिनीचे राष्ट्रीयीकरण करण्यापासून अतींद्रिय मानसशास्त्रापर्यंत अनेक विषयांवर चतुरस्र लेखणी चालवलीच; पण लोकांचे न पटलेले मुद्दे खोडून काढण्यासाठीही लेखणी खर्ची पाडली.

इ.स. १९०० मध्ये वयाच्या ७७ व्या वर्षी पुढचे शतक कसे असेल आणि कसे असावे, या विषयावर त्यांनी 'न्यू यॉर्क जर्नल'मध्ये 'सोशल ईव्होल्यूशन इन द ट्वेंटिएथ सेंचुरी-ऑन ऑटिसिपेशन' या नावाचा प्रदीर्घ लेख लिहिला. विसाव्या शतकांच्या या उदयकालात वॉलेस युद्धविरोधी मतांचे बनले होते. यामुळे त्यांनी 'ल्ह्युमॅनिले नुव्हेय' (नवा मानवतावाद किंवा मानवतेचे नवे स्वरूप) या फ्रेंच प्रकाशनात युद्धाची कारणं आणि (युद्ध होऊ न देण्याचे) उपाय या विषयावरही एक लांबलचक लेख लिहिला. या लेखाचाच एक भाग म्हणता येईल, असा एक लेख त्यांनी 'मँचेस्टर गार्डियन'मध्ये लिहून बोअर युद्धाचा निषेध केला होता.

वॉलेस याची सामाजिक जाणीव इतकी तीव्र होती आणि लेखनाच्या माध्यमातून ब्रिटिश बेटांमधील सामाजिक विषमतेविरुद्ध ते इतका प्रखर प्रचार करीत, की बऱ्याचदा त्यांचे लेखन प्रसिद्ध करायला ब्रिटिश परंपरेत रुजलेली नियतकालिकं धजत नसत. १९०३ मध्ये 'क्लॉरियन' या समाजवादी विचारांच्या नियतकालिकाने त्यांचा 'ऑन्टिसिपेशन्स ॲन्ड होप्स फॉर द इमीजिएट फ्यूचर' हा निबंध प्रसिद्ध केला होता.

इंग्लंडमधली नोकरशाही, लष्कराचं प्राबल्य आणि सामाजिक विषमतेचं वाढतं प्रमाण यांवर तर या लेखात भडिमार होताच; पण बोअर युद्धातील ब्रिटिश, पोर्टोरिको आणि फिलिपाइन्समधील अमेरिकात तसंच रशिया, जर्मनी आणि फ्रान्स यांनी ठिकठिकाणी लष्कराचा केलेला वापर याविरुद्ध वॉलेसनी अतिशय जहाल भाषेत टीका केलेली होती.

या विविध आघाड्यांवर जनजागृती करत असतानाच वॉलेसनी पुन्हा एकदा घर बदललं. फार्रेंट परगण्यातील बॉडस्टोन इथलं हे घर त्यांच्या पार्कस्टोन इथल्या घराला जवळ होतं. शिवाय पार्कस्टोन इथं त्यांनी लावलेला बगिचा आता चांगलाच फोफावला होता. त्यामुळे तिथल्या बऱ्याच दुर्मिळ वनस्पती त्यांनी या नव्या घराभोवती आणून लावल्या. आपल्या घराभोवतीचा बगिचा हे त्यांचं व्यसन होतं. बगिचा आणि त्यातले हरितगृह यांमध्ये त्यांचा दिवसातला बराच वेळ व्यतीत होतं असे. या फावल्या वेळच्या उद्योगातून त्यांच्या मेंदूला विश्रांती मिळायची आणि मग ते बाहेरच्या जगाशी वाद घालायला मोकळे व्हायचे. खरंतर त्यांच्या मित्रांच्या मते बागकाम हा त्यांचा मूळ उद्योग होता आणि नियतकालिकातले लेखन हा फावल्या वेळचा उद्योग ठरत होता.

वॉलेस यांच्या मागे सतत काही ना काही दुखणं लागलेलं असायचं. त्यांना अगदी तरुणपणातच मलेरिया चिकटलेला होता. त्यानं अखेरपर्यंत वॉलेसचा पाठपुरावा केला. याशिवाय त्यांना दम्याचाही त्रास होता. अमेरिकेतून परतल्यावर त्यांना दम्यानं चांगलंच दमवलं होतं. मलेरिया आणि दमा हे आळीपाळीनं त्यांना साथ देत होते. नेहमीच्या वैद्यकीय उपचारांचा त्यांना काहीच उपयोग होत

नव्हता. त्यातच त्यांच्या शेजाऱ्यालाही याच आजारांनी पिडलेलं होतं. प्राध्यापक आलमन हे स्वत: वैद्यकी करायचे. त्यांच्या व्याधी बघून वॅलेस आणखी व्यथित होत असत. स्वत: वैद्यक व्यवसाय करणाऱ्या व्यक्तीला जर या व्याधी दमवतात, तर अवैद्यकी व्यक्तीला त्या कसं बरं करणार, हा प्रश्न वॅलेसना खूपच सतावत असे. अशा परिस्थितीत योगायोगाने वॅलेसना एक व्यक्ती भेटली. ही व्यक्ती अनेक व्याधींचा चालताबोलता नमुना होती; पण त्या काळात प्रसिद्धीस येत असलेल्या सॅलिस्बरी डाएट ट्रीटमेन्टने यातल्या बऱ्याच व्याधींमधून या व्यक्तीस मुक्तता मिळालेली होती. सुरुवातीस वॅलेसनी या हकिकतीवर विश्वास ठेवायला नकारच दिला होता. केवळ अन्नसेवनाच्या सवयी बदलून कुणी व्याधिमुक्त होऊ शकेल, असं म्हणणं मूर्खपणाचं आहे, अशी त्यांनी या व्यक्तीची संभावना केली. डॉक्टरना जे जमलं नाही ते अन्न बदलून कसं साध्य होणार, असंही ते म्हणत. त्यातच वॅलेस बरीच वर्षे शाकाहाराचा पुरस्कार करत होते, आणि भविष्यकाळात सर्वच व्यक्ती शाकाहार करू लागतील, असा एक सिद्धान्तही ते मांडत असत.

दरम्यान, त्यांच्या व्याधी त्यांना सतावत होत्या तेव्हा एक प्रयत्न म्हणून हा प्रयोग करायला काय हरकत आहे, असं म्हणून त्यांनी सॅलिस्बरी डाएट ट्रीटमेन्टला सुरुवात केली. यामुळे त्यांना आपल्या जेवणाच्या सवयीत आमूलाग्र बदल करावा लागला. सॅलिस्बरी नावाच्या एका डॉक्टरने ही उपाययोजना शोधून काढली होती.

यात फक्त मांसाहारास परवानगी होती. हे मांससुद्धा कमी शिजवलेलं मांस असे. शिवाय या मांसाबरोबर आणि नंतर दिवसभरातही भरपूर प्रमाणात गरम पाणी प्यावं लागत असे. डॉ. सॅलिस्बरी अमेरिकन होते आणि अमेरिकेत ही उपाययोजना त्या काळात खूप गाजत असली, तरी इंग्लंडमध्ये ती नवीच होती. ब्रेड, बटाटे आणि इतर स्टार्चयुक्त अन्नाचे प्रमाण वाढले, म्हणजेच शरीरात प्रमाणाबाहेर कार्बोहायड्रेट जाऊ लागली, की अनेक व्याधी उपटतात, असं डॉ. सॅलिस्बरींचं म्हणणं होतं. यामुळे सुरुवातीस फक्त प्रथिनयुक्त आहार देऊन मग हळूहळू फळं, भुईमूग, दूध आणि अंडी हे थोड्या

प्रमाणात घ्यायची परवानगी या आहारपद्धतीत मिळत असे. बरं, तोपर्यंत व्हॅलेसच्या डॉक्टरांनी व्हॅलेसना मांसाहार योग्य नाही, हे सांगितलं होतं; यामुळे काहीशा साशंक मनानेच व्हॅलेसनी ही आहारोपचार पद्धती अंगीकारली होती. मात्र, या उपचारांना अपेक्षेपेक्षा जास्त यश मिळालेले पाहून व्हॅलेसचे मित्र आणि स्वत: व्हॅलेसही थक्क झाले. त्यांची दम्यातून तर सुटका झालीच; पण त्यांचा मलेरियाही कमी झाला.

तब्येत सुधारल्यावर त्यांचा उत्साहही वाढीस लागला आणि त्यांनी व्याख्यानांची आमंत्रणं स्वीकारायलाही सुरुवात केली. यातलं पहिलंच व्याख्यान १२व्या शतकातील विज्ञान प्रगतीवर होतं. व्हॅलेस यांच्याच 'द वंडरफुल सेंचुरी' या ग्रंथावर ते आधारित होतं. या पुस्तकाचीच एक शालोपयोगी आवृत्तीही त्यांनी तयार केली होती. या आवृत्तीत भरपूर चित्रं वगैरे होती. या आणि यानंतरच्या काळात त्यांनी नियतकालिकांतून भरपूर लिखाण केलं आणि त्यांचंच संपादित संकलन म्हणजे व्हॅलेस यांचा गाजलेला आणखी एक ग्रंथ, 'मॅन्स प्लेस इन द युनिव्हर्स.'

या काळात या सर्व घटनांमुळे, केवळ योगायोगामुळे अशा घटना घडत नाहीत तर यामागं एखादी नियंत्रक शक्ती असायला हवी, असं व्हॅलेस यांचं मत बनलं. नाहीतर एक जुना ओळखीचा माणूस भेटतो काय, तो सॉलिस्बरी उपचारपद्धतीबद्दल आपलं मतपरिवर्तन करतो काय, आणि आपण बरे होतो, एवढंच नव्हे तर नव्या जोमानं व्याख्यानं देऊन आपल्या हातून एक महत्त्वाची ग्रंथनिर्मिती होते काय? हा केवळ योगायोग नसून कुणीतरी आधिभौतिक शक्तीच हे घडवून आणवते, असं मतप्रदर्शन या बाबतीत त्यांनी केलं. यामुळेच त्यांचा परामानसशास्त्राकडे बघण्याचा दृष्टिकोनही दृढविश्वासू बनला.

जवळजवळ २६ वर्षे व्हॅलेस अनेक परीक्षांचे परीक्षक म्हणून काम करीत होते. शासकीय परीक्षांमध्ये ते भौतिक भूगोलाचे परीक्षक म्हणून काम करीत असत. 'इंडियन सिव्हिल इंजिनिअरिंग कॉलेज'च्या प्रवेशपरीक्षांचे भूशास्त्र आणि भूरूपकी (जिऑलॉजी आणि जिओमॉर्फोलॉजी) या विषयांचे पेपर ते तपासत असत. रॉयल

जिओग्राफिकल सोसायटीच्या विविध परीक्षांचेही ते परीक्षक असत. यातून मिळणाऱ्या मानधनामधून त्यांना अनेक छंदांसाठी व पुस्तके विकत घेण्यासाठी लागणारा पैसा उपलब्ध होत असे. वर्षाला हजाराहून अधिक उत्तरपत्रिका तपासल्यामुळे वॅलेसना विद्यार्थी आणि त्यांना शिकवणारे शिक्षक या दोघांचीही कुवत लक्षात येत असे.

विद्यार्थ्यांनी केलेल्या या घोडचुकांना शिक्षकच जबाबदार असतात, असे वॅलेस यांचे ठाम मत होते. स्वत: शिक्षकालाच आपण जो विषय शिकवतो त्याचा आत्मा उमगला नसेल, तर असा शिक्षक विद्यार्थ्याला शिकवणार तरी काय? अशा शिक्षकापासून ज्ञानप्राप्ती होण्याऐवजी विद्यार्थ्यांच्या अज्ञानातच भर पडते, असं वॅलेस म्हणत असत. याचं कारणही ते देत असत. एखाद्या विशिष्ट विद्यालयातील विद्यार्थ्याच्या उत्तरपत्रिका त्यातल्या काही मूलभूत चुका पाहून त्याच विद्यालयाच्या आहेत, हे सांगणे शक्य होते, असा त्यांचा सार्थ दावा होता. याचा अर्थच असा, की त्या विशिष्ट विद्यालयातील त्या विषयाच्या शिक्षकाच्या डोक्यातले ते विशिष्ट अज्ञान प्रतिवर्षी या विद्यार्थ्यांमार्फत दूरवर पसरते आहे, असं वॅलेसना वाटत असे.

यासाठी ज्यांना खरोखरच शिकवण्याची आवड आहे, ज्यांचं आपल्या विषयावर प्रेम आहे, असे शिक्षक निवडावेत आणि त्यांना सन्मानाने वागवावं, समाजात ताठ मानेनं वावरता यावं म्हणून त्यांना भरपूर मानधन द्यावं, विद्वत्तेपेक्षाही शिकवण्याची हातोटी हा शिक्षक नेमण्याचा निकष असावा आणि शिक्षक नेमताना इतर कुठल्याही बाबीचा विचार करू नये, हे उपाय त्यांनी विद्यार्थ्यांच्या कल्याणासाठी शासनास सुचवले होते.

वॉलेस आणि डार्विन

इ.स. १८५८ मध्ये मलाया द्वीपकल्पातून वॉलेसनी डार्विनना जे पत्र लिहिलं, त्यामुळे उत्क्रांतिवादाशी डार्विनबरोबर वॉलेस यांचंही नाव निगडित झालं. या संशोधनामुळे शास्त्रीय जगात त्यांना मानमान्यता मिळालीच, पण त्यांचं नावही अमर झालं; पण वॉलेस यांच्या मते या पत्राचा त्यांना सर्वांत जास्त फायदा झाला तो म्हणजे त्यांना डार्विन मित्र मानू लागले आणि इतरही बन्याच शास्त्रज्ञांशी वॉलेस यांचे मित्रत्वाचे संबंध जुळून आले.

१८५८ मध्ये जरी डार्विन-वॉलेस पत्रमैत्री सुरू झाली, तरी १८६२ मधे वॉलेस इंग्लंडला परतेपर्यंत त्यांची भेट झाली नव्हती. इंग्लंडमध्ये परतल्यावर वॉलेस डार्विनना भेटले. डार्विननी मग वॉलेसना आपल्या घरीच नेले. त्या रात्री डार्विन आणि वॉलेस बराच वेळ गप्पा मारत बसले होते. त्या दोघांनाही अनेक विषयांत गती होतीच; पण दोघंही भरपूर जग बघून मगच आपल्या सिद्धान्ताप्रत पोहोचले होते. यानंतर जेव्हा जेव्हा डार्विन लंडनमध्ये आपला भाऊ इरॅस्मस याच्याकडे येत तेव्हा तेव्हा वॉलेसनाही आमंत्रण जात असे आणि मग जेवताना आणि भोजनोत्तर गप्पांमध्ये विज्ञानविषयक चर्चा घडून येत असे. खरंतर या दोघांच्या बाकी मतांत जमीन-अस्मानाचा फरक होता. एवढंच नव्हे तर सामाजिक, राजकीय आणि आर्थिक प्रश्नांवरचे विचारही दोन टोकांचे होते; पण याचा त्या दोघांच्याही मैत्रीवर अजिबात परिणाम झालेला नव्हता. उलट, ते दोघं अनेक मतभेद असूनही डार्विनच्या मृत्यूपर्यंत एकमेकांचे जवळचे मित्र

म्हणूनच जगले. डार्विन वॉलेसना मित्र मानायचे, तर वॉलेस डार्विनना गुरुस्थानी असलेला मित्र मानायचे. आपल्या मित्रांकडून हवी ती मदत मिळवण्यात डार्विनना कधीच कमीपणा वाटला नाही. त्यातही वॉलेस यांच्या जवळचा माहितीचा खजिना, त्यांचं चतुरस्र वाचन आणि ओघवती भाषणशैली यांमुळे ते डार्विनना अगदी जवळचे वाटत असत. डार्विननी वॉलेसना लिहिलेल्या एका पत्रात म्हटलंय, 'बेट्सचं म्हणणं अगदी खरं आहे. अडचणीच्या वेळी तुझ्यासारखा दुसरा मित्र नाही.' डार्विनना आयुष्यभर साथ देणाऱ्या मित्रांमध्ये हक्सलेंच्या बरोबरीनं वॉलेस यांचं नाव घेतलं जातं.

वॉलेसना वाद घालायला आवडत. ते स्वत: फर्डे वक्ते होतेच; पण त्यांची लेखनशैलीही लोकांना आवडत असे. यामुळे ते लेखी व तोंडी वादांत धडाक्याने उतरत. याउलट, डार्विनना कुठल्याही प्रकारच्या वादाचं वावडं होतं. डार्विन प्रसिद्धिपराङ्मुख होते आणि जाहीर व्याख्यान द्यायलाही ते कुठे कधी गेले नाहीत. यामुळे उत्क्रांतिवादावर कुणी जाहीर हल्ला चढवला, तर वॉलेसना आखाड्यात उतरावं लागत असे. वॉलेस आणि हक्सले हे या वादांमध्ये एकेकटे किंवा एकमेकांच्या साथीने उतरत असत.

लिव्हरपूल इथं १८७० साली ए. व्ही. बेनेट यांनी नैसर्गिक निवडीच्या तत्त्वाविरुद्ध मतं मांडली, तेव्हा वॉलेस यांनीच त्यांचा प्रतिवाद केला होता. याबद्दल डार्विननी त्यांचे आभार मानले. 'नेचर' या नियतकालिकामध्ये वॉलेसनी 'नैसर्गिक निवडीतून उत्क्रांती'विरुद्ध लिहिणाऱ्यांना मोडीत काढणारा प्रतिवाद केला, तेव्हा डार्विननी त्याबद्दल वॉलेसना एक आभारदर्शक पत्र लिहिलं होतं. ''मी आणि माझ्या कुटुंबीयांपैकी सर्वांनी तुमचा 'नेचर'मधला लेख वाचला आणि याबद्दल तुम्हाला पत्र लिहायचंच, असं ठरवलं. कुठल्याही बाबीबद्दल सुस्पष्ट आणि खुलासेवार तसंच मुद्देसूद लिहिण्याबद्दल तुमचा हात कुणी धरू शकत नाही. 'ओरिजिन ऑफ स्पेसीज'च्या बाजूने तुम्ही जो प्रतिवाद केलेला आहे, त्याप्रमाणे या ग्रंथाची बाजू घेऊन आजवर कुणीही पुढे आलेलं नाही.''

प्राध्यापक सेंट जॉर्ज मिव्हार्ट यांनी 'जेनेसिस ऑफ स्पेसीज' या नावाचा एक ग्रंथ लिहिला. त्यामधून त्यांनी डार्विनच्या ग्रंथावर राळ

उडविण्याचा प्रयत्न केला. याशिवाय हा ग्रंथ लिहिण्यामागच्या डार्विनच्या हेतूबद्दलही काही आरोप केले. तेव्हा डार्विननी वॉलेसना लिहिलं,

"तुमच्याप्रमाणे मला वाद घालता आले असते, तर फार बरं झालं असतं."

असं असलं, तरी सर्वच बाबतींत वॉलेस आणि डार्विन यांचं एकमत होत असे, असं मुळीच नाही. काही वेळा वॉलेस अगदी दुसऱ्या टोकाची भूमिका घेऊन उभे राहत, तर वॉलेस यांचे काही मुद्दे डार्विनना मुळीच मान्य नसत. विशेषत: वॉलेस यांच्यावर असलेला परामानसशास्त्राचा (पॅरासायकॉलॉजी) आणि प्लॅंचेटसारख्या गोष्टींचा प्रभाव आणि उत्क्रांतीपलीकडच्या काही प्रेरणा मानवनिर्मितीस कारणीभूत असाव्यात हा त्यांचा दावा, या दोन बाबी डार्विनना मान्य होण्यासारख्या नव्हत्या. तरीही त्यांची मैत्री मात्र दृढ होती. आपल्यासमोर असलेल्या एकाच पुराव्याबाबत दोन व्यक्तींनी अशी परस्परविरोधी भूमिका घ्यावी, ही घटना खरोखरच दु:खद आहे." असं म्हणणारे डार्विन पुढे म्हणतात – "पण असं असलं तरी जेव्हा तुम्ही विचार कराल त्या वेळी तुम्हाला एका गोष्टीचं समाधान वाटेल– आणि सांगायची गोष्ट म्हणजे मलाही त्या गोष्टीनं समाधान दिलंय, आणि ती गोष्ट म्हणजे आपणा दोघांनाही एकमेकांबद्दल कधीही असूया वाटलेली नाही. काही बाबतींत आपण एकमेकांविरुद्ध पवित्रे घेतले असूनही माझ्या बाबतीत मी हे ठामपणे म्हणतोच; पण तुमच्याही बाबतीत मी असेच ठामपणे म्हणू शकतो, याचा मला फार आनंद होतो." या पत्रामुळे वॉलेसना अतिशय आनंद झाला. याचं कारण ते डार्विनना फार मानत असत.

डार्विननी आपल्याला अखेरपर्यंत मित्र मानले, याचा त्यांना फार अभिमान वाटत असे. त्यामुळे हे डार्विनचं पत्र त्यांना इतर कुठल्याही पत्रापेक्षा महत्त्वाचं वाटत होतंच; पण आपल्याला मिळालेल्या एकाही मानद पदवीची किंमत या पत्राएवढी नाही, असंही ते म्हणत असत.

वॉलेस यांचं व्यक्तिमत्त्व मोकळंढाकळं आणि निष्कपट होतं. डार्विन आणि त्यांचे जे मतभेद होते, त्याबद्दल वॉलेसना बऱ्याचदा

प्रश्न विचारले जात. डार्विन हे प्रसिद्धिपराङ्मुख होतेच; पण लंडनपासून दूर, एकलकोंडे जीवन जगत होते. ते आणि त्यांचे कुटुंबीय, क्वचितप्रसंगी सर चार्ल्स लायेल, हक्सल किंवा वॉलेस यांच्यासारखे मित्र सोडले तर डार्विनना सार्वजनिक जीवनाचा स्पर्शही होत नसे. याउलट वॉलेस वेगवेगळ्या आघाड्यांवर सार्वजनिक जीवन जगत होते. यामुळे त्यांनाच हा प्रश्न विचारला जात होता. त्यावर त्यांचं उत्तर फार मार्मिक होतं.

''सत्य आज ना उद्या बाहेर येईलच. आमच्या वादामुळे प्रेरित होऊन चार तरुण संशोधक कामाला लागतील. त्यांच्या प्रयत्नातून नवं काहीतरी निष्पन्न होईल आणि आम्हा दोघांच्याही चुका ते सुधारतील. त्याचा आम्हा दोघांनाही आनंदच होईल.''

वॉलेस आणि डार्विन यांचे वैचारिक मतभेद हे, ते जे व जसे जीवन जगले, त्यानुसार अटळ असेच होते. डार्विनना वॉलेस यांचे विचार धक्कादायक वाटत असत तर स्वैर, बेबंद मनस्वी जीवन जगलेल्या वॉलेसना या आपल्या विचारांनी कुणालाही धक्का का बसावा, हे कळत नसे.

माणूस हा नैसर्गिक निवडीच्या तत्त्वानेच निर्माण झाला आहे, दुसऱ्या कुठल्याही प्रकारे मानवाची निर्मिती होऊ शकत नाही, असं डार्विन यांचं ठाम मत होतं. याला उत्तर देताना आणि आपलं मानवनिर्मितीसंबंधी मत मांडताना वॉलेस बऱ्याचदा डार्विननी 'नैसर्गिक निवड' समजावून सांगण्यासाठी घेतलेली उदाहणंच विचारार्थ घेत. याचा बहुधा डार्विनना जास्त प्रमाणात मानसिक त्रास होत असावा.

'माणसाने बुलडॉग, पिसारा फुलवणारी कबुतरं आणि कुत्रे व घोड्यांच्या वेगवेगळ्या गरजेनुरूप जाती निर्माण केल्या. यांतली एकही जात नैसर्गिक निवडीच्या तत्त्वामुळे निर्माण झालेली नाही; तरीही यामुळे पृथ्वीवरील सर्वच सजीव नैसर्गिक निवडीच्या तत्त्वातून निर्माण झाले, या सिद्धान्तास जशी बाधा येत नाही, तशीच मानवनिर्मितीच्या माझ्या सिद्धान्तासही बाधा येत नाही,' असं वॉलेस म्हणत असत. असं असलं तरी या बाबतीत या दोघांचे विचार कधीच जुळले नव्हते.

लैंगिक निवडीच्या डार्विन यांच्या विचारसरणीशी वॉलेस पूर्णपणे

कधीच सहमत झालेले नव्हते. नरपक्ष्यांचा पिसारा किंवा मधुर आवाज यांतून सर्वोत्कृष्ट पिसारा पाहून किंवा सर्वांत मधुर कूजन ऐकून मादी नराची निवड करते, हे वॉलेसना कधीच पटलं नव्हतं. याउलट, नराचा जोष पाहून मादी नराची निवड करते, असं ते म्हणत; पण या म्हणण्याला पुरावे मात्र द्यायचे टाळत असत.

आधुनिक संशोधनानं या बाबतीत डार्विनना पाठिंबा दिला आहे. जो नर सर्वांत निरोगी असतो त्याचा पिसारा सर्वोत्कृष्ट दिसतो किंवा आवाज अधिक सुरेल असतो; म्हणजेच मादी जेव्हा पिसारा बघते तेव्हा ती नराच्या आरोग्याची पारख करीत असते, असं गेल्या काही वर्षांतील प्राणिशास्त्रीय संशोधनात आढळून आलेलं आहे.

उत्तर ध्रुवीय वर्तुळातल्या वनस्पतींच्या प्रसाराबद्दलही या उत्क्रांतीच्या दोन प्रणेत्यांमध्ये टोकाचे मतभेद होते. डार्विन यांच्या मते हिमयुगामध्ये जेव्हा सार्वत्रिक तापमान कमी झालं होतं आणि पृथ्वीचा फार मोठा भाग बर्फाच्छादित होता, त्या काळात या शीत प्रदेशात वाढणाऱ्या वनस्पतींचा सर्वदूर प्रसार झाला असावा.

वॉलेसना हे मत अजिबात मान्य नव्हतं. पक्षी, वादळं, वावटळी आणि लाटांमुळे या वनस्पतींच्या बिया दूरवर पसरल्या. त्यामुळेच या वनस्पती सर्वत्र आढळतात, असं वॉलेसना वाटत होतं. याबाबत डार्विन आपलं मत बदलायला तयार नाहीत, हे लक्षात आल्यावर वॉलेसनी डार्विनना 'हटवादी' हे विशेषण तर लावलंच; पण ''गेली पंचवीस वर्ष या मताला चिकटून राहिल्यामुळे या चुकीच्या समजुती त्यांच्या मनात पक्क्या ठसल्या आहेत. आता त्यांच्या मताविरुद्ध कितीही भक्कम पुरावे सादर केले तरी डार्विन आपल्या चुकीच्या भूमिकेपासून तसूभरही मागे ढळणार नाहीत.'' असे जाहीर उद्गार वॉलेसनी काढले होते.

एखाद्या पिढीने विशिष्ट कारणासाठी मिळवलेले गुणधर्म आनुवंशिकरीत्या पुढच्या पिढीत पोहोचतात, या सिद्धान्तावर डार्विनचा दृढ विश्वास होता. या सिद्धान्तावरूनच त्यांनी आपला पॅन्जेनेसिसचा सिद्धान्त तयार केला होता. शरीरातल्या प्रत्येक पेशीकडून जननेंद्रियांकडे हे गुणधर्म कणरूपाने जातात, अशा तऱ्हेचा हा सिद्धान्त होता. वॉलेसनी सुरुवातीला या सिद्धान्तास प्रचंड पाठिंबा दिला; पण पुढे

मात्र इतर सिद्धान्त वाचून वॉलेस यांचे मतपरिवर्तन झाले आणि वॉलेस पॅन्जेनेसिसचे विरोधक बनले. संशोधनासाठी प्राण्यांची हत्या करणे, त्यांचं शवविच्छेदन करणे, अत्यावश्यक आहे; त्याशिवाय प्राणिशास्त्राची, विशेषत: शरीररचनाशास्त्राची प्रगती होऊ शकणार नाही, असं डार्विन म्हणत असत. त्यांनी अशा अर्थाचं एक पत्रही 'द टाइम्स'ला लिहिलं होतं. वॉलेस यांचा अशा त-हेच्या प्राणिहत्येस विरोध होता; आणि त्यांनी आपलं तसं मत अगदी परखड शब्दांत व्यक्त केलं होतं.

वॉलेसना कुठल्याच बाबतीत डार्विनचं मतपरिवर्तन करणं जमलं नव्हतं. याचा अर्थ वॉलेसनी तसे प्रयत्न केले नाहीत असं नाही, पण डार्विन यांचं मतपरिवर्तन करणं अवघड होतं. डार्विन स्वत: आधी फार कमी बोलायचे. स्वत:चं मत तयार करायलाही बराच वेळ लावायचे आणि एकदा आपलं एखाद्या गोष्टीबद्दल त्यांनी काही मत बनवलंच, तर त्याविरुद्ध जाणाऱ्या प्रवाहाची ते दखलच घेत नसत. राजकारणात तर डार्विनना फारसा रस नव्हता. याउलट, उत्तर आयुष्यात वॉलेसना सामाजिक आणि राजकीय, त्याचबरोबर परामानसशास्त्रीय विषयांत खूप गोडी निर्माण झाली. त्यामुळेच वॉलेस जरी खूप तावातावानं वाद घालू शकत असले, तरी डार्विनपुढं त्यांची मती कुंठित व्हायची. याचं कारण डार्विन या विषयांकडे चक्क दुर्लक्ष करीत किंवा ''अरे वा! हा नवीन विषय दिसतोय. ठीक आहे! पण त्यामुळं नैसर्गिक निवडीच्या तत्त्वाकडे दुर्लक्ष होणार नाही ना?'' असं म्हणून विषय बदलत असत.

वॉलेस यांची जशी डार्विनशी मैत्री होती, तशीच ती हर्बर्ट स्पेन्सर यांच्याशीही होती. पण डार्विनखालोखाल हक्सले यांच्याशीच त्यांचे खरे मैत्रीसंबंध जुळले. याला कारणही अर्थात उत्क्रांती हेच होतं. ''डार्विन यांच्या उत्क्रांतिवादाचा पुरस्कार करणारा डार्विनचा सच्चा मित्र माझाही मित्र असावा, याचा मला अभिमान वाटतो,'' या शब्दांत त्यांनी आपल्या हक्सलेबरोबरच्या मैत्रीचं वर्णन केलं आहे.

वॉलेस यांच्या या मैत्रीचं वैशिष्ट्य म्हणजे वॉलेस यांच्या अनेकविध उद्योगांमुळे आणि निरनिराळ्या प्रश्नांत लक्ष घालण्याच्या वृत्तीमुळे

त्यांना अनेक क्षेत्रांतल्या व्यक्तींचा स्नेह लाभला. पण याच कारणास्तव एका बाबतीत मत जुळलं आणि दुसऱ्या बाबतीत जुळलं नाही म्हणून या व्यक्तींबरोबरच त्यांचा वितंडवादही झाला, पण यामुळे त्यांच्या मैत्रीस कधीच तडे गेले नाहीत, हे महत्त्वाचं.

काळापुढचे वॉलेस

मानवी उत्क्रांतीत 'मन' या संकल्पनेस फार महत्त्व आहे. मानवाला मन आल्यानंतरच त्याचा मानव बनला, असं वॉलेसनी ठामपणे सांगितलं. हा नैसर्गिक निवडीच्या त्यांनीच डार्विनसह जगापुढं मांडलेल्या सिद्धान्तावर एक प्रकारे आघातच होता. पण मनाची उत्क्रांती होणं ही जास्त महत्त्वाची घटना मानणाऱ्या वॉलेसना ते सहजासहजी मान्य होणं शक्य नव्हतं. परिस्थितीचा मानवावर आणि मनावर होणारा परिणाम याबद्दलही वॉलेस ठामपणे बोलत. एक प्रकारे मानवी परिस्थितिकी या शास्त्राचा पाया वॉलेसनीच घातला असावा, असंही आपण म्हणू शकतो.

त्या काळात 'इकॉलॉजी' हा शब्दही अस्तित्वात यायचा होता. अन्स्ट हैन्रिश हैकेल यांनी तो प्रथम प्राणिजीवन आणि परिस्थिती यांची सांगड घालताना निर्माण केला. अगदी कालपरवापर्यंत ॲनिमल इकॉलॉजी म्हणजे प्राणिपरिस्थितिकी आणि प्लॅन्ट इकॉलॉजी म्हणजे वनस्पती परिस्थितिकी अशा या शास्त्रशाखेच्या दोनच उपशाखा अस्तित्वात होत्या. ह्यूमन इकॉलॉजी ऊर्फ मानवी परिस्थितिकी हा शब्द १९७० नंतर हळूहळू प्रचलित झाला; पण वॉलेसनी या विषयावर भरपूर विचार केलेला होता.

मानवी उत्क्रांती या विषयावर वॉलेसनी खूप विचार केलेला होता. यातूनच मानवी मेंदू आणि मन हे पृथ्वीवर तरी एकमेवाद्वितीय आहेत, याबद्दल त्यांची खात्री पटलेली होती. यामुळेच ''ज्या क्षणी हात वापरणारा मानव इतर प्राण्यांपेक्षा वेगळी अशी आपली बुद्धी वापरू लागला. हत्यारं-अवजारांचा उपयोग करू लागला; आग, चाक वापरू

लागला, शेती करून निवारा बांधू लागला, आणि वस्त्रे वापरू लागला. त्या काळातच त्याची शारीरिक उत्क्रांती शरीराकडून मनाकडे झुकली,'' असं वॅलेस म्हणत असत. उक्रांती शरीराकडून मनाकडे झुकली म्हणजे आता मानवाच्या शरीराचा आकार परिस्थितीनुरूप न बदलता मनाची प्रगती होईल आणि मनाच्या साहाय्यानं मानव परिस्थितीशी सामावून येईल, असं वॅलेसना वाटत होतं. या त्यांच्या विचारांमुळेच त्यांनी कदाचित परलोकविद्या, मृत्यूनंतरचे जीवन अशा विषयांमध्ये रस घेतला असावा, असा तर्क करता येतो.

आता मानवाच्या शरीरात बदल होणार नाही, तर त्याचं मन उत्क्रांत होईल, हा त्यांचा विचार त्या काळाच्या खूपच पुढचा होता. हा विचार तोपर्यंत कुणाही शास्त्रज्ञानं शास्त्रीय परिभाषेत मांडलेला नव्हता. यामुळे त्या काळचे उत्क्रांतिवादी शास्त्रज्ञ वेगवेगळ्याच प्रकारचा विचार मानवी उत्क्रांतीच्या बाबतीत करीत असत. उत्क्रांतीमुळे ज्याप्रमाणे नीचतम पायरीवरील सजीवापासून घडत घडत मानव निर्माण झाला, त्याप्रमाणेच मानवात बदल घडत घडत एखादा उच्चतर प्राणी तयार होईल, असं त्या काळात मानण्यात येत असे. हे म्हणणं वॅलेसना कधीच पटलेलं नव्हतं आणि त्यामुळेच मानवी उत्क्रांती भविष्यात कशी घडेल, याबद्दल त्यांनी आपले विचार मांडले होते. ते म्हणत, ''सध्याचं मानवी शरीर हे आदर्श शरीर असून त्यात आता सुधारणेस वाव उरलेला नाही. प्राचीन संस्कृतीतले मानव ग्रीक, रोमन यांच्यात आणि आपल्यातही काही फरक नाही किंवा सध्याच्या अतिशय घनदाट अरण्यातल्या आदिम जमातींमधली माणसं आणि सर्वांत सुशिक्षित व पुढारलेला माणूस यांच्यातही काही शारीरिक फरक आढळत नाही. यामुळेच माझ्या म्हणण्यास दुजोरा मिळतो.''

वॅलेस यांचं याहीपेक्षा आणखी एक महत्त्वाचं विवेचनही आढळतं. यानुसार मानव पृथ्वीवर अवतरला तेव्हापासून या ना त्या प्रकाराने निसर्गाच्या वेगवेगळ्या आविष्कारांशी त्याला झुंज द्यावी लागली आहे. एवढंच नव्हे, तर आपला मेंदू आणि त्याच्या साहाय्यानं बनवलेली अवजारं यांमुळे मानवानं आपल्या भोवतालची परिस्थिती आपल्याला साजेशी करून घेण्यात यश मिळवलं आहे. असं यापूर्वी सजीव सृष्टीत कधीही घडलेलं नव्हतं. निसर्गाशी लढा देतानाच मानवाला परस्पर

सहकाराचं महत्त्व लक्षात आलं; त्यातूनच मानवी समाजाची निर्मिती झाली. समाजाचं हित महत्त्वाचं मानलं जाऊ लागलं.

जेव्हा एखादा माणूस आजारी पडतो किंवा आदिमांतल्या आदिम जमातीतील व्यक्ती जखमी होते किंवा आजारी पडते, तेव्हा इतरेजन त्या व्यक्तीस मदत करतात. असं अगदी क्वचितच इतर सजीवांमधे घडत असतं. किंबहुना माणूस सोडून इतर सजीवांत कुठल्याही प्रकारे इजा, आजार होणं हे मृत्यूलाच आमंत्रण ठरतं. अशा तऱ्हेनं 'सर्व्हायव्हल ऑफ द फिटेस्ट' ही संकल्पनाच मानवानं मोडीत काढली आहे.

माणूस हा समाजापेक्षा विभिन्न असू शकत नाही, तर परिस्थिती आणि समाज यांचा तो महत्त्वाचा घटक असतो; याला त्याचं मनच कारणीभूत आहे. या मनामुळंच त्याने परिस्थितीत बदल घडवून आणला. यामुळे परिस्थितीचा परिणाम म्हणून आता त्याच्यात बदल घडून येणं अवघड आहे. यामुळेच माणूस हा 'नैसर्गिक निवड' तत्त्वाच्या कक्षेबाहेर पडला आहे. यामुळेच माणूस आणि परिस्थिती यांच्या संबंधांना एक वेगळंच महत्त्व प्राप्त होतं. आता माणूस परिस्थिती बदलू शकतो, याचा इतर सजीवांवरही परिणाम होऊ शकतो. हा विचार मानवाच्या मनात सतत खेळत राहिला तरच त्याच्यावर केवढी जबाबदारी येऊन पडली आहे, हे मानवाच्या लक्षात येईल.

'सहकारी तत्त्वावर जर मानव उभा राहिला तर पृथ्वीवर नंदनवन आणणं शक्य होईल,' असंही वॅलेस म्हणत असत. औद्योगिकीकरण करतानासुद्धा परिस्थितीचा समतोल बिघडू न देता प्रत्येक मानवी समूह हा स्वयंपूर्ण बनेल, अशा तऱ्हेनं उद्योगधंदे आणि शेतीबागायतीचं प्रमाण ठेवलं, तर लंडनची जशी बेसुमार वाढ होत आहे तशी इतर शहरांची होणार नाही. अतिशहरीकरण हा शाप ठरणार आहे, तो वेळीच विचार करून टाळायला हवा; नाहीतर मानवाला मिळालेली मेंदूची देणगी काय उपयोगी, असा विचारही त्यांच्या लेखनातून प्रकट होतो.

विषुववृत्तीय प्रदेशाला गोरी माणसं त्या काळात कायम 'पृथ्वीवरचा नरक' म्हणून संबोधित असत. यालाही वॅलेस यांचा विरोध होता. विषुववृत्तीय रोग हे गोरे लोक जिथे गर्दी करून राहतात आणि त्यांनी जी

गुलामांच्या व्यापाराची केंद्रे निर्माण केली आहेत, अशा ठिकाणीच आढळतात. याचं कारण गोरे ज्यांना गुलाम करतात, त्यांच्या व्यक्तिगत स्वच्छतेची कधीच काळजी करत नाहीत. गुलामांना गुरांसारखं वागवलं की त्यांच्यात रोग पैदा होतात, ते सर्व अस्वच्छतेमुळे. गोरा काय आणि त्याचा गुलाम काय, त्याचं शरीर हे मानवाचंच असल्यामुळे मग रोगाचा प्रसार झाला म्हणून ओरडण्यात काहीच अर्थ नाही, हे वॅलेसचं म्हणणं अर्थातच त्यांच्या काळात कुणालाही मानवणारं नव्हतं.

भारतातसुद्धा ब्रिटिशांनी भारतीयांना स्वच्छता पाळायला लावलेलं नाही आणि स्वत:ही ती पाळलेली नाही. तीन शतकांपूर्वी इंग्लंडमध्येही प्लेग होता, स्वच्छता आणि आरोग्यसंवर्धक सवयींनी तो इंग्लंडमधून हद्दपार झाला. तर भारतातून त्याचं उच्चाटन करणं शक्य नाही असं जर कुणी म्हणेल, तर तो मूर्खपणाच ठरेल. आसपासची परिस्थिती काबूत ठेवली तर जगात कुठेही रोगनियंत्रण अवघड नाही, हे वॅलेसचं लाडकं मतही त्यांच्या देशबांधवांना कधी फारसं आवडलेलं नव्हतं.

युरोपिअन लोकांना विषुववृत्तीय प्रदेशात त्रास होतो, याचं कारण युरोपीय लोक विषुववृत्तावर जातात, पण जाताना आपल्या देशाचा कोश आपल्या भोवती घेऊन जातात. विषुववृत्तीय प्रदेशात रहायचं तर तिथं योग्य ठरेल अशा तऱ्हेनं राहणं आवश्यक आहे, असं वॅलेस म्हणत असत. १२ वर्षांहून अधिक काळ विषुववृत्तीय प्रदेशात वावरलेल्या वॅलेसनी पाश्चात्त्यांच्या दोषांवर अचूक बोट ठेवलं होतं. दुर्दैवानं आज असं दिसतं, की विषुववृत्तीय प्रदेशातले गावठी साहेबही ४० अंश सें. तापमानात सूटबूट टाय लावून वावरतात आणि कारण नसताना घामाघूम होतात.

विषुववृत्तीय प्रदेशात मलेरिया होतो याचं कारण तिथलं हवामान नसून तिथल्या भागात कसं राहावं, याची अक्कल नसल्यामुळे होतो, असं वॅलेस स्वानुभवावरून सांगत असत. विषुववृत्तीय प्रदेशातल्या दलदलीच्या प्रदेशात वेडीवाकडी ढवळाढवळ केली, तरच डास वाढतात. त्यांच्यावरचं जंगल किंवा वनस्पती तशाच ठेवल्या, तर डासांचा त्रास होत नाही. जेव्हा या वनस्पती काढल्या जातात आणि उन्हामुळे या दलदलींचा वरचा भाग वाळतो तेव्हाच मलेरिया फैलावतो. अमेझॉन, बोनिओं आणि मलायाच्या जंगलात त्यांना मलेरियाचा फारसा त्रास

झालेला नव्हता. मात्र जिथे शेती केली जात असे, तिथे जाताच मलेरियाचा त्रास होतो, असा त्यांचा अनुभव होता. यातसुद्धा सकस अन्नाचा अभाव आणि अनारोग्यकारक गटार किंबहुना घाणीचा निचरा होण्याची साधनं नसणं, यामुळेच मलेरियाचा प्रादुर्भाव होतो. याबाबत वॉलेस पुढं म्हणाले, ''२०० वर्षांपूर्वी इंग्लंडमध्येही मलेरिया मोठ्या प्रमाणात होताच.''

अशा तऱ्हेनं निसर्गाशी तादात्म्य पावण्याच्या अनेक संकल्पना आणि रोग निवारणासंबंधीचे वॉलेस यांचे विचार आजही मार्गदर्शक ठरतील, असे आहेत. अशा या महान शास्त्रज्ञाचे इ.स. १९१३ मध्ये वृद्धापकाळाने निधन झाले.

आपल्या अनेकविध विचारांनी इंग्लंडमधल्या तत्कालीन अनेक चळवळींना त्यांनी मार्गदर्शन केले होते. बरेच शास्त्रज्ञ समाजाशी आपला काही संबंध नाही, अशा तऱ्हेनं फटकून वागण्यात भूषण मानतात. त्यामुळेच सामाजिक बांधिलकीचे पूर्ण भान ठेवून आयुष्यभर वागणाऱ्या या शास्त्रज्ञाचे वेगळेपण उठून दिसते. भारताचे व इतर वसाहतींचे स्वातंत्र्य, रेल्वेचे व जमिनीचे राष्ट्रीयीकरण, परलोकविद्या, मंगळावरच्या जीवसृष्टी-अस्तित्वाबद्दलचे त्यांचे विचार आदी अनेक गोष्टींमुळे ते वादग्रस्त ठरले; पण वाद–निरोगी वाद–हे त्यांचे व्यसनच असावे. म्हणूनच वॉलेससारखे आणखी शास्त्रज्ञ निर्माण व्हायला हवेत, असं म्हणावंसं वाटतं.